D1763737

# ஆயிரத்தில் இருவர்

# கிழக்கு பதிப்பக வெளியீடுகளாக சுஜாதாவின் புத்தகங்கள்

மீண்டும் ஜீனோ
நிறமற்ற வானவில்
நில்லுங்கள் ராஜாவே
தீண்டும் இன்பம்
ஆஸ்டின் இல்லம்
அனிதாவின் காதல்கள்
நைலான் கயிறு
24 ரூபாய் தீவு
அனிதா இளம் மனைவி
கொலை அரங்கம்
கமிஷனருக்கு கடிதம்
அப்ஸரா
பாரதி இருந்த வீடு
மெரீனா
ஆர்யபட்டா
என் இனிய இயந்திரா
காயத்ரி
ப்ரியா
தங்க முடிச்சு
எதையும் ஒருமுறை
ஊஞ்சல்
ஓரிரவில் ஒரு ரயிலில்
மீண்டும் ஒரு குற்றம்
விக்ரம்
நில், கவனி, தாக்கு!
வாய்மையே சில சமயம்
வெல்லும்
ஆ..!
வசந்த காலக் குற்றங்கள்
சிவந்த கைகள்
ஒரே ஒரு துரோகம்
இன்னும் ஒரு பெண்
6961
ஜோதி
மாயா
ரோஜா
ஓடாதே
மேற்கே ஒரு குற்றம்
விபரீதக் கோட்பாடு
ஐந்தாவது அத்தியாயம்
மலை மாளிகை
விடிவதற்குள் வா
மூன்று நாள் சொர்க்கம்
பத்து செகண்ட் முத்தம்
கம்ப்யூட்டர் கிராமம்
இளமையில் கொல்
மேகத்தை துரத்தியவன்
ஒரு நடுப்பகல் மரணம்
நகரம்
இதன் பெயரும் கொலை
மண்மகன்
தப்பித்தால் தப்பில்லை
விழுந்த நட்சத்திரம்
முதல் நாடகம்
ஆட்டக்காரன்
ஜன்னல் மலர்
என்றாவது ஒரு நாள்
வைரங்கள்
மேலும் ஒரு குற்றம்
சொர்க்கத் தீவு
கனவுத் தொழிற்சாலை
ஆயிரத்தில் இருவர்
பதினாலு நாட்கள்
உள்ளம் துறந்தவன்
பிரிவோம் சந்திப்போம்
கரையெல்லாம் செண்பகப்பூ
இரண்டாவது காதல் கதை
நிர்வாண நகரம்
குருபிரசாதின் கடைசி தினம்
இருள் வரும் நேரம்
திசை கண்டேன் வான் கண்டேன்
ஆழ்வார்கள் - ஓர் எளிய அறிமுகம்
தேடாதே
விருப்பமில்லாத் திருப்பங்கள்
விரும்பிச் சொன்ன பொய்கள்
கை
ஆதலினால் காதல் செய்வீர்
நூற்றாண்டின் இறுதியில் சில சிந்தனைகள்
அப்பா, அன்புள்ள அப்பா
மிஸ். தமிழ்த்தாயே, நமஸ்காரம்!
சிறு சிறுகதைகள்
வாரம் ஒரு பாசுரம்
வானத்தில் ஒரு மௌனத்தாரகை
கடவுள் வந்திருந்தார்
அனுமதி
ஓலைப் பட்டாசு
சேகர், சிங்கமய்யங்கார் பேரன்
கம்ப்யூட்டரே ஒரு கதை சொல்லு
டாக்டர் நரேந்திரனின் வினோத வழக்கு
நிஜத்தைத் தேடி
பாதி ராஜ்யம்
சில வித்தியாசங்கள்

# ஆயிரத்தில் இருவர்

சுஜாதா

கிழக்கு

ஆயிரத்தில் இருவர்
Ayirathil Iruvar
by Sujatha
Sujatha Rangarajan ©

Kizhakku First Edition: December 2010
120 Pages
Printed in India.

ISBN: 978-81-8493-612-4
Title No. Kizhakku 593

Kizhakku Pathippagam
177/103, First Floor,
Ambal's Building, Lloyds Road,
Royapettah, Chennai 600 014.
Ph: +91-44-4200-9603

Email : support@nhm.in
Website : www.nhm.in

Cover Image : Shutterstock ©

Kizhakku Pathippagam is an imprint of New Horizon Media Private Limited

This book is sold subject to the condition that it shall not, by way of trade or otherwise, be lent, resold, hired out, or otherwise circulated without the publisher's prior written consent in any form of binding or cover other than that in which it is published and without a similar condition including this the rights under copyright reserved above, no part of this publication may be reproduced, stored in or introduced into a retrieval system, or transmitted in any form or by any means (electronic, mechanical, photocopying, recording or otherwise), without the prior written permission of both the copyright owner and the above-mentioned publisher of this book.

ஸர்ஜிக்கல் வார்டிலோ, ஐஸியுவிலோ, எமர்ஜன்ஸி வார்டிலோ, ஜெனரல் வார்டிலோ எங்கு தேடிப் பார்த்தாலும் ரஞ்சனி ஷர்மா இல்லை. எமர்ஜன்ஸியிலிருந்து ஸர்ஜிக்கல் வார்டு அழைத்துச் சென்றதற்கு அத்தாட்சி இருந்தது. ஆனால் அந்த வார்டில் அவள் இல்லை. ஆப்பரேஷன் தியேட்டருக்குள்ளும் இல்லை.

# 1

‘ஓயே ஓயே ஓஓயே...’ என்றான் வஸந்த்.

‘வஸந்த், இன்னும் ஒரு வாட்டி இந்தப் பாட்டை பாடினே, உனக்கு சீட்டைக் கிழிக்கப் போறேன்.’

‘ஏன் பாஸ்? இந்தப் பாட்டுதான் தற்காலத்தில் ஹிட். கல்யாண்ஜி ஆனந்த்ஜி, மையாமி சவுண்ட் மிஷின்ல ருந்து தட்டிருக்காங்க. அன்னிக்கு உஷா உத்துப் கூடப் பாடினாங்களே, கேக்கலை?’

‘கேக்கலை.’

‘ஞான சூன்யம்! இல்லை, மனசுக்குள்ள என்ன எண்ணம்? சுப்புடுன்னா?’

‘ஒரு எண்ணமும் இல்லை’ என்று கணேஷ் எவி டன்ஸ் ஆக்ட் மீதான கோல்வால்கரின் வியாக்கியா னத்தைப் புரட்டினான்.

‘ஆக்ட்ல என்ன வேணும், சொல்லுங்க’ என்றான் வஸந்த்.

‘ஏதும் வேண்டாம். ஓயே ஓயே பாடாம இருந்தாச் சரி.’

‘இப்படி ஊக்கம் தராம எத்தனை டேலண்ட் மேலுக்கு வராம தவிச்சிருக்கு தெரியுமா?’ என்றான் வஸந்த்.

காலை நேரம் ராமகிருஷ்ணாவிலிருந்து பையன் இட்லி, வடை, சர்க்கரை குறைவாக காபி கொண்டுவைத்துவிட்டு போகையில் 'ஓயே ஓயே' என்றபோது வஸந்த் கணேஷைப் பார்த்துச் சிரித்தான். ''நல்லது வெளியே வந்தே தீரும்'னு கன்புஷியஸ் சொன்னாரு, தெரியுமா?'

'என்ன ஒரு ஜனங்கப்பா!' அன்றைய தினசரிகளின் தலைப்புச் செய்திகளை மேய்ந்தான் கணேஷ். வஸந்த் 'இந்து'வை மடக்கி வைத்துக்கொண்டான்.

'க்ராஸ்வேர்டா?'

'இல்ல பாஸ். கிரிபிரசாத் உபன்யாசம் போட்டிருக்கும். ரொம்ப உருக்கமா இருக்கும்.'

'ஹிந்து ரிப்போர்ட்ஸ் தி நைட் லைஃப் ஆஃப் மெட்ராஸ்'னு ஜானகிராமன் சொல்லியிருக்கார். 'ஆயிரத்தில் இருவர் வரதட்சிணைக் கொடுமையால் செத்துப் போகிறார்கள்' என்கிறது தினமணி. ஸ்டாட்டிஸ்டிக்ஸ்!'

'ஆயிரத்தில் ரெண்டு பேர் பல்பொடில பல் தேய்க்கறாங்கன்னு பேப்பர்ல போட்டா யாராவது கண்டுப்பாங்களா? இல்லை ஆயிரத்தில் ரெண்டு பேர் கொலை பண்றாங்கன்னு போட்டா?'

'செய்திங்கறது அச்சடித்த பொய்னு சொன்னாங்க. பேசும்போதே உண்மை பாதிக்கப்படுகிறது.'

வஸந்த் தன் பழைய சட்டையை எடுத்துக்கொண்டு பாத்ரூமுக்குப் போனான்.

'துணி தோய்க்கப் போறியா?'

'இல்ல பாஸ். போட்டுக்கப் போறேன்.' சட்டையை கரிசனத்துடன் பார்த்து, 'அழுக்கா இருக்கா என்ன?'

'உனக்கே தெரியலையா? எத்தனை வாரமடா ஒரே சட்டையைப் போட்டுப்ப. கோர்ட்டுல சகிக்காம அட்ஜார்ன் பண்ணிட்டே இருக்காங்க. பனியன் போடறது வம்சத்திலேயே இல்லை!'

'அடுத்த வாரம் கண்டிப்பா மாத்திடறேன் பாஸ். ஓயே ஓ... ஸாரி...'

அவன் பாத்ரூமுக்குள் செல்ல, ஒரு அப்பாவும் பெண்ணும் உள்ளே நுழைந்து காத்திருந்தார்கள். அவருக்கு அறுபது

வயசிருக்கும். நரைத்த தலைமேல் நிறைய மயிர் இருந்தது. வேஷ்டியும் முழங்கை வரை சட்டையும் போட்டு ஒரு கோலின் மேல் ஊன்றிக்கொண்டு உட்கார, இளம் பெண், 'இவர்தான் போலிருக்கு அப்பா' என்றாள்.

'யாருங்க?' என்றான் கணேஷ்.

'கணேஷுங்கறது...'

'நான்தான்.'

'அப்பா, இவர்தான்...'

அவர் நிமிர்ந்து, மெல்லத் திரும்பியதிலிருந்து அவருக்குக் கண் பார்வை சரியில்லை என்பது தெரிந்தது. குரல் வந்த திசையில் பொதுவாக நோக்கி வணங்கினார். வணக்கம். என் பேரு சதா சிவம். இவ ப்ரதிமா.'

'ஹாய்' என்றாள். காலேஜ் போகிறவள்போல கையில் நோட்டுப் புத்தகத்துடன் புதுசாகத் தலை வாரிக்கொண்டு, 'எத்னிக் சிக்' என்று சொல்கிறார்களே, அந்த வகையில் காவி கலரில் சொக்கா யும் அதன்மேல் கிளிப் பச்சை மேல்துண்டும், காதில் நீலத்தில் ப்ளாஸ்டிக்கும் பொருத்தியிருந்தாள். சிரிக்கும்போது பல்லை நேராக்க க்ளிப் அணிந்திருந்தாலும், முகம் சதைப்பற்றாக ஆரோக்கியமாக இருந்தது. 'நைஸ் மீட்டிங் யூ மிஸ்டர் கணேஷ்' ஆங்கிலத்தில் எத்திராஜ் தெரிந்தது.

'சிட் டவுன் ப்ரதிமா. என்ன வேணும் உங்களுக்கு?'

'இட்ஸ் அபவுட் மை சிஸ்டர், மிஸ்டர் கணேஷ்! உங்களுக்கு அரை மணி இருக்குமா?'

'சொல்லுங்க. ஒம்பது மணிக்குக் கிளம்பணும்' என்று கடி காரத்தைப் பார்த்தான்.

'சொல்லுங்கப்பா' என்று அவர் புஜத்தை தொட்டாள். அவர் பையிலிருந்து செய்தித்தாள்களை எடுத்தார். கடந்த வருஷத்து பேப்பர்போலப் பழுப்பாக இருந்தது. செய்தித் துணுக்குகள் வெட்டப்பட்டு ஸ்டேப்பிள் அடிக்கப்பட்டிருந்தன. 'இளம் பெண் மரணம்', 'கேஸ் வெடித்து இளம் பெண் மரணம்', 'தீ விபத்தில் வீட்டுப் பெண்மணி பலி'.

அதில் தேர்ந்தெடுத்து,

'அகமதாபாத்தில் காந்தி நகரில் ஐஸ்வர்யா ஃப்ளாட்டில் வாழ்ந்து வந்த திருமதி மகேந்திரன் (29) இன்று காலை சர்க்கார் ஆஸ்பத்திரியில் தீக்காயங்களுக்குப் பலியானார். சமையல் அறையில் காஸ் வெடித்ததில் நிகழ்ந்த தீ விபத்தில் மரணம் சம்பவித்திருக்கிறது. விபத்து நிகழ்ந்தபோது கணவன் திரு மகேந்திரன் ஐ.ஏ.எஸ்., அலுவலகத்தில் இருந்தார்.

'திரு மகேந்திரன் தமிழ்நாட்டைச் சேர்ந்தவர். குஜராத் மாநில அரசில் டெபுட்டி செக்ரட்டரியாக இருப்பவர்...'

'மிஸஸ் மகேந்திரன்ங்கறது...'

'என் பெண். பேர் நாராயணி. இவளோட சிஸ்டர்.'

'ஸாரி! காஸ் விஷயங்கள்ல கொஞ்சம் ஜாக்கிரதையா இருக்கணும். இண்டேன்ல நிறைய விளம்பரம் பண்றாங்களே.'

'அது விபத்து இல்லை கணேஷ்' என்றாள் ப்ரதிமா.

அப்போது வஸந்த், 'ஓயே... ஓயே' என்று பாடிக்கொண்டு வெளியே வந்தான். இடுப்பில் ஒரு டர்க்கி டவல் மட்டும். மார்பில் மொச மொசவென்று மயிர்த் தடாகம். சொட்டச் சொட்டத் தலைமயிர். 'ஊப்ஸ்' என்று மின்னலாக, பாத்ரூமுக்குள் மறைந்தான். 'பாஸ், சொல்லக்கூடாதா?'

'அவர்தான் வஸந்தா?'

'ஆமாம்.'

'உங்களைப் பார்த்தா கேஸ் போடலாம்னு என் ப்ரெண்டு சாரங்கபாணி சொன்னார்' என்றார் பெரியவர்.

'என்ன கேஸ்?'

'எங்க ஐ.ஏ.எஸ். மாப்பிள்ளைமேல!'

'யு மீன்?'

'எங்கக்காவை கொலை செய்ததுக்கு.'

'அவர் சம்பவத்தின்போது ஆபீஸ்ல இருக்கறதான்னா...'

'எல்லாம் பொய் கணேஷ்.'

பெரியவர் அவன் பக்கம் திரும்ப, அவர் கண்களில் கண்ணீர் வடிந்துகொண்டிருந்தது. 'கணேஷ் என் மகளைக் கொன்னுட்டாங்க கணேஷ். இட்ஸ் ஏ கான்ஸ்பிரஸி! பெரிய சதி.'

'யாருடைய சதிங்கறீங்க?'

'கவர்மெண்ட், போலீஸ், எல்லோரும் சேர்ந்து... லுக் அட் திஸ் லெட்டர்.'

கணேஷ் அந்தக் கடிதத்தைப் படித்தான்.

> 'அன்புள்ள அப்பாவுக்கு... இந்த நரகத்திலிருந்து என்னை முதலில் விடுவித்து அழைத்துச் செல்லுங்கள். நாளுக்கு நாள் மூன்று பேர் கொடுமையும் தாங்கவே முடியவில்லை. நாய்க்குக் கூடச் சரியாகச் சோறு போடுகிறார்கள். என்னைப் பட்டினி போடுகிறார்கள். எனக்குப் பைத்தியம் என்று டாக்டரிடம் அழைத்துப்போகத் திட்டமிட்டிருக்கிறார்கள்...'

கணேஷ் நிமிர்ந்து இருவரையும் பார்த்தான். 'மூணு பேர்ங்கறது?'

'கணவன், மாமனார், மாமியார்.'

கணேஷ், பத்திரிகைச் செய்தியை மறுபடி புரட்டிப் பார்த்தான். 'இன்ஸ்வெஸ்டிகேஷன் திருப்திகரமா நிறைவேறி, விபத்தால ஏற்பட்ட மரணம்னு முடிச்சிருக்காங்க. இது எப்ப நடந்தது?'

'போன வருஷம்.'

'எரிச்சாங்களா? புதைச்சாங்களா?'

'நாங்க போறதுக்குள்ள எரிச்சாச்சு.'

'கைல ஒரு பையன், மூணு வயசு.'

'க்ரூயல்' என்றான் கணேஷ்.

வஸந்த் இதற்குள் சட்டை மாற்றிக்கொண்டு புதுசாகத் தலைசீவி வெளியே வந்து, 'ஹாய். அதிகாலையிலே தரிசனம் கொடுத்ததுக்கு ஆயிரம் மன்னிப்புகள். நீங்கதானே ப்ரதிமா?'

'ஆமா. அட, எப்படி என் பேர் தெரிந்தது?'

‘ஒரு சித்தர் எனக்கு சித்தி சொல்லிக்கொடுத்திருக்கார்.’

‘இல்லைங்க. உங்க நோட்டைப் பாத்திருக்கான். நீங்க பார்க்கலை.’

‘பாஆஆஸ்! ஊத்தாதீங்க! ஆமா. என்ன விஷயமா வந்தீங்க? ஏதாவது லிட்டிகேஷனா, வீட்டுத் தகராறா, இல்லை ரோட்டில போறப்ப...’

வஸந்த் மேஜைமேல் வைத்திருந்த செய்திக் குறிப்புகளைப் படித்தான்.

‘மிஸஸ் மகேந்திரன்ங்கறது...’

‘என் சிஸ்டர்.’

‘ஸாரி ஸாரி. காஸ் கம்பெனிய குடாஞ்சு காம்பன்சேஷன் கேட்டுரலாமா?’

‘இல்லை வஸந்த், அவங்க இது விபத்து இல்லைங்கறாங்க.’

‘பின் என்னவாம்?’

‘மர்டர்.’

‘திஸ் இஸ் இண்ட்ரஸ்டிங். யாரு? மகேந்திரனா? பாஸ்? இது வரைக்கும் நாம் ஐ.ஏ.எஸ். ஆளுங்களோட மோதியிருக்கோமா?’

‘சட்டத்துக்கு இந்தப் பக்கத்தில்தான் அவங்களை சந்திச்சிருக்கோம்.’

‘வஸந்த், அந்த ஃபாமிலி மூணு பேரும் ஜெயிலுக்குப் போகணும்!’

‘அனுப்பிச்சுட்டாப் போச்சு.’

‘வஸந்த்! இந்த லெட்டரைப் படிச்சுப் பாரு.’

வஸந்த் படித்துவிட்டு, ‘ச்ச்ச் உங்க தலையைத் தடவிக் கொடுத்து ஆறுதல் சொல்லணும் போல வரது, ப்ரதிமா. என்ன ஒரு கஷ்ட காலம். உயிரோட ஒரு அக்காவை பறி கொடுக்கறதுன்னா என்ன ஒரு அகனி, என்ன ஒரு துக்கம், சோகம்’ என்று அவளருகில் செல்ல, கணேஷ் முறைத்தான்.

ப்ரதிமா அழ ஆரம்பித்தாள்.

‘அய்யோ... அழாதீங்க. ப்ளீஸ். அந்த ரூமுக்கு வாங்க. சமாதானம் ஆயிடும். பாஸ், நீங்க தாத்தாகூட பேசிண்டிருங்க. நான் போய் ப்ரதிமாவுக்கு மூஞ்சி அலம்பிக்க பாத்ரூம் காட்டிட்டு வரேன்.’

‘சிட் டவுன் வஸந்த்.’

‘சார், உங்க பேர் சொல்லலையே?’

‘நடேசன்.’

‘ஜமாய்ச்சுடலாம். பயப்படாதீங்க. கவலைப்படாதீங்க, அந்த ஆளை உள்ள தள்ளாட்டி இனி எனக்கு உறக்கமில்லை.’

‘என்ன ஜமாய்க்கலாம், சொல்லு வஸந்த்?’

‘என்ன பாஸ்?’

‘தி கேஸ் வாஸ் க்ளோஸ்ட். ஒரு வருஷமாச்சு கேஸ் க்ளோஸ் ஆயி.’

‘பத்து வருஷம்னாலும் ஒப்பன் பண்ணலாம். சின்னதா ரிட் போட்டுட்டு.’

‘என்னடா ஒளர்றே. இப்ப குஜராத் ஹை கோர்ட்டிலயா?’

‘வேண்டாம்’ என்றாள் ப்ரதிமா. ‘நீங்க அவங்களை முதல்ல சந்திச்சு சில விஷயங்களை விசாரிக்கணும்.’

‘அது போதும்’ என்றார் அவர்.

‘குஜராத் போலாமா ஒரு நடை? வரீங்களா ப்ரதிமா?’

‘தேவையில்லை. அவங்க இங்க இருக்காங்க’ என்றாள் ப்ரதிமா.

# 2

மாருதியை ஒற்றைக் கையால் ஓட்டிக்கொண்டு வஸந்த், 'ஓயே ஓயே' பாடும் விருப்பத்தைக் கஷ்டப் பட்டு அடக்கிக்கொண்டு, 'சொல்லுங்க. பேசாம வந்தா எப்படி? மௌனமா இருந்தா உங்க அழகு பயங்கரமா ஜாஸ்தி ஆயிட்டிருக்கு' என்றான்.

பின் சீட்டில் வீற்றிருந்த ப்ரதிமா, 'நான் அவங்களைப் பார்க்க வரலை. வீட்டை மட்டும் காண்பிக்கிறேன். ஐ ஹேட் தெம்' என்றாள்.

'சேச்சே, நீங்க வராட்டா எப்படி? உண்மையை எப் போதும் சந்திக்கவும்னு மகாத்மா காந்தி சொல்லி யிருக்கிறார். இல்லை, க்ருபானந்த வாரியாரா?'

'வரலை' என்று பலமாகத் தலையை ஆட்டினாள்.

'என்ன வரலை? மீட் யுவர் ப்ரதர் இன் லா அண்ட் டாக் இட் ஓவர்.'

'முதல்ல நீ ரோட்டைப் பார்த்து ஓட்டு.'

'பாஸ், நான் ரோட்டைப் பார்த்துத்தான் ஓட்டறேன்.'

'இல்லை. ரியர் வ்யூ மிர்ரரை...'

சதாசிவம், 'கணேஷ், நீங்க முதல்ல பார்த்துப் பேசுங்க. அப்புறம் தேவைப்பட்டா நாங்க சந்திக்கிறோம்' என்றார்.

‘என்ன பேசணுங்கறீங்க?’

ப்ரதிமா சுருக்கமாக, ‘கேஸ் போடப் போறோம்னு சொல்லிருங்க.’

‘கேஸ் எல்லாம் போட முடியாதுங்க. போலீஸ் கம்ப்ளெயிண்ட் கொடுக்கலாம்.’

‘அதுக்கு எதுக்கு நேர்ல சந்திக்கணும்?’ என்றான் வஸந்த்.

‘கணேஷ்தானே சொன்னார்?’

ஃபோர் ஷோர் எஸ்டேட்டில் தனிப்பட்ட ஃப்ளாட் வகை வீடுகளின்முன் நிறுத்த, ‘ஏ-செவன். நாங்க கார்லேயே காத்திருக்கோம்’ என்றாள் ப்ரதிமா.

வஸந்த், ‘காஸட் போடட்டுமா?’ என்றான்.

‘வேண்டாம். பாட்டு கேக்கற மூடில இல்லை.’

அந்த ப்ளாட்டை அணுகும்போது, ‘பாஸ்! எதுக்காக நாம பார்க்கப் போறோம்? கொஞ்சம் கோடி காட்டுங்க.’

‘வஸந்த், எல்லா கேஸ்லயும் ரெண்டு கட்சி இருக்கு. இரண்டாவது கட்சியையும் கேட்டுட்டுதான் இதை நாம எடுக்கறமான்னு முடிவு பண்ணணும்.’

‘ப்ரதிமாவோட கண்ணைப் பார்த்ததுமே முடிவு பண்ணிட்டேன் பாஸ்.’

‘கேஸ் என்னன்னு முழுசாத் தெரியாம?’

‘தெரிய வேண்டியதில்லை பாஸ். எப்போதும் நம்ம கட்சிக்காரன்தான் நியாயம் - அமெரிக்கன் அப்ரோச்.’

கதவை, ஒரு பத்து வயது சிறுமி, வேலைக்காரிபோல் இருந்தாள், திறந்தாள்.

‘யாரு வேணும்?’

‘மகேந்திரன்ங்கறது...’

‘யாருப்பா?’ என்று ஒரு பெரியவர் வந்தார்.

'மிஸ்டர் மகேந்திரனைப் பார்க்கணும்.'

'குளிக்கிறார். உள்ளே வாங்கோ, உட்காருங்கோ.'

கணேஷும் வஸந்தும் உள்ளே வர, ஃப்ளாட்டில் புதிதாகக் குடி வந்திருப்பதின் தாற்காலிகம் தெரிந்தது. பார்சல்கள் பிரிக்கப் படாமல் இருக்க, டிவி பெட்டிக்கு ஆண்டென்னா கூடத்தில் படுத்திருந்தது. ஒரு நாய் வந்து வாலாட்டி விசாரித்துவிட்டு, யாரோ 'லூஸி' என்று அதட்ட உள்ளே மனம் மாறிப் போனது.

'டாபர்மேன்' என்றார் பெரியவர்.

'என்ன சாப்பிடறீங்க, காப்பி? இன்னும் செட்டில் ஆகலை. பல பார்சல்கள் பிரிக்கலை. போன வாரம்தான் அகமதாபாத்திலிருந்து மாத்தி வந்திருக்கோம். ட்ரான்ஸிட் காம்ப் மாதிரி. இவன் போஸ் டிங்கூட இன்னும் கிளியராகலை. டில்லிலருந்து செக்யூரிட்டி க்ளியரன்ஸ் வேணுமாம்.'

லட்சுமிகரமாக ஒரு பாட்டி வந்து எட்டிப் பார்த்துவிட்டுச் சென்றாள்.

கொஞ்ச நேரம் முழங்காலை இடுக்கிக்கொண்டு இருவரும் வீற் றிருக்க, அந்தப் பெண் காப்பி கொண்டுவந்து வைத்தாள். மூணு வயசுப் பையனை தாத்தா உள்ளேயிருந்து எடுத்து வந்து, 'பாரு, மாமாக்கு குட்மார்னிங் சொல்லு' என்றார்.

'குட்மார்னிங், மை நேம் ஈஸ் எம். வினோத்' என்று அந்தக் குழந்தை ஒப்பித்தது.

'ரொம்ப க்யூட்டிகை. ஹி இஸ் மிஸ்ஸிங் ஹிஸ் மதர்.'

'யாருப்பா?' என்று உள்ளே வந்த மகேந்திரன், பனியனுக்கு மேல் டர்க்கிஷ் டவல் போர்த்திக்கொண்டு முகத்தைத் துடைத்துக் கொண்டு அவர்களை அணுகினார்.

கணேஷ் எழுந்து, 'மிஸ்டர் மகேந்திரன், ஐம் கணேஷ், திஸ் இஸ் வஸந்த். எங்களை உங்களுக்கு...'

'தெரியும். லாயர்ஸ்.'

'ஆமா.'

'அப்பாவைப் பார்க்க வந்தேளா?' அப்பாவின் மூக்கு தப்பாமல் இருந்தது.

'இல்லை - உங்களைத்தான்.'

'என்ன விஷயமா?'

கணேஷ் அவர் மார்பைப் பார்க்க, 'ஸாரி, ஐல் வேர் சம்திங் டீஸண்ட் அண்ட் கம்.'

உள்ளே சென்றதும், 'பாஸ் இடத்தைப் பார்த்தா, சனங்களைப் பார்த்தா அப்படி ஒண்ணும் கொடுமைக்காரங்களாத் தெரிய லையே.'

அலமாரியில் போட்டோ அருகே பூ வைத்திருந்தது. சாயலில் ப்ரதிமா. 'படம் வெச்சு வெள்ளிக்கிழமை பூப் போடறாங்க!'

மெலிதான நீல நிறத்தில் சட்டை அணிந்து, புன்னகையுடன் உள்ளே வந்த மகேந்திரனுக்கு முப்பத்து மூன்று வயதிருக்கும்.

மீசையில், புருவங்களின் சங்கமம் இன்னமும் இளைய தோற்றத்தை தந்தது. நாய் அவரை அணுகி காலடியில் வால் ஆட்டிக் கொண்டிருக்க, எதிரே உட்கார்ந்து களங்கமற்ற, தயக்கமற்ற கண்களுடன் இருவரையும் நேராகப் பார்த்தார். 'சொல்லுங்கோ, என் மாமனார் அனுப்பிச்சாரா?'

'ஆமாம்.'

'என்னவாம்?'

வஸந்த் தயங்க, 'கணேஷ், அவங்க சந்தேகப்படறாங்க இல்லையா?' என்றார்.

'ஆமாம்.'

'நான் அப்பா அம்மா மூணு பேரும் சேர்ந்து சதி பண்ணி, இந்த நாயும் உண்டா? நாலு பேர் சதி பண்ணி நாராயணியைக் கொன்னுட்டமாமா?'

கணேஷ் பேச்சற்றிருக்க, 'அப்பா, அம்மா நீங்க வாங்கோ.'

கணேஷ் இந்த நேரடியான வார்த்தைகளை எதிர்பார்க்கவில்லை. மகேந்திரனின் தந்தையும் தாயும் உள்ளே நுழைய, 'என்னப்பா எதுக்குக் கூப்ட்ட?'

'கொஞ்சம் இவங்க முன்னால் நில்லுங்கப்பா, அம்மா நீயும்தான்.'

'கணேஷ். நீங்க ரொம்ப புத்திசாலின்னு கேள்விப்பட்டிருக்கேன். உங்க காரியர்ல எவ்வளவோ விதமான கிரிமினல் மைண்ட்ஸைச் சந்திச்சிருப்பீங்க. எங்க மூணு பேரையும் பாருங்க. எங்களைப் பார்த்தா ஒரு பொண்ணை, சதி பண்ணி, தீர்மானிச்சு கொலை பண்றவங்க போலவா இருக்கு?'

கணேஷ் பிரமித்துப் போய் மூவரையும் பார்த்தான். அப்பாவின் முகத்தில் பச்சாதாபமும் பயமும் இருக்க, அம்மா கண்களில் நீர் வடிய, 'செல்லமா என் பொண்ணு மாதிரி வளர்த்தேன். வெள்ளிக் கிழமையும் அதுவுமா குளிச்சிரும்மான்னு சொன்னேன். ஹீட்டர் சரியா இல்லை. காஸ்ல வென்னீர் போட்டுக்கறேன்னா. இந்த வினோத்...'

'அம்மா சும்மாருக்கியா? பாருங்க கணேஷ், எதுக்காக, எதுக்காக நாங்க அவளைக் கொல்லணும்? நோ ரைம் ஆர் ரீஸன். எதுக்காக? என்ன லாபம்? எதுக்காகன்னு சொன்னாரா? தே ஆர் bugging அஸ். அந்த பொண்ணு போன் பண்றது - எங்கக்காவை கொன் னுட்டேன்னு எஸ்டிடிலே சொல்றது. திஸ் மேன், திஸ் ப்ளைண்ட் ஃபெல்லோ இஸ் இன்காரிஜிபிள். எதுக்காக நான் என் பெண்டாட்டியைக் கொல்லணும். என்ன அப்படி? சொத்தா? எதுக்காகச் சந்தோஷமா இருந்த வாழ்க்கையை நான் சேதப்படுத் தணும், பின்னப்படுத்தணும். ஏதாவது காரணம் இருக்கணும் இல்லையா? லுக் மிஸ்டர் கணேஷ், ஷி வாஸ் எக்ஸ்ட்ரீம்லி ஹாப்பி வித் அஸ்.'

கணேஷ், 'சில லெட்டர்ஸ் காண்பிச்சார் சதாசிவம்.'

'என்ன லெட்டர்ஸ்?'

'உங்க மனைவி அவருக்கு எழுதியது.'

'என்னன்னு?'

'மூணு பேரும் கொடுமைப்படுத்தறதா.'

அவர் ஆச்சரியப்பட்டு, 'நோ, இட் காண்ட் பி. இட் இஸ் ஜஸ்ட் நாட் பாஸிபிள்.'

இப்போது மகேந்திரன் கணேஷின் பார்வையைத் தவிர்த்தார்.

‘அம்மா அந்த எம்ப்ராய்டரியை கொண்டு காமி, நாணி போட்டாளே.’

‘அலமாரில இருக்கு.’

அப்பா அதை எடுத்துக்கொண்டு வந்து காண்பித்தார்.

‘அப்பா, அம்மா, மகே, வின்னு, நாணி’ என்று ஒரு பூவில் ஆறு இதழ்களில் எழுதியிருந்தது. ‘அப்பான்னுதான் கூப்பிடுவா என்னை.’

‘வாட் இஸ் த மீனிங் ஆஃப் திஸ் கணேஷ்?’

கணேஷ், ‘ஃப்ராங்க்லி ஐயம் கன்ஃப்யுஸ்டு’ என்றான்.

‘ஓல்டு மேன் சொல்றதையெல்லாம் அப்படியே நம்பாதிங்க. டிஸ்பாஷனேட்டாப் பாருங்க. இட் வாஸ் அன் ஆக்ஸிடண்ட். ஐல் கிவ் யூ ஆல் தி ரிப்போர்ட்ஸ்.’

‘வேண்டாம், வேண்டாம், காஸ் அடுப்பு வேண்டாம்னு அடிச்சுண்டேன்.’

மகேந்திரன், ‘நீங்க என்ன ஆக்ஷன் வேணும்னாலும் எடுக்கலாம். திஸ் இஸ் எ ஃப்ரீ கண்ட்ரி. அந்த முட்டாள் பெண்ணிடம் சொல்லுங்கள். கண்டபடி போன் பண்ண வேண்டாம்னு. காலை ட்ரேஸ் பண்ண முடியும்னு. இந்த ஃபைல்ல எல்லாம் தேதி வாரியா இருக்கு. படிச்சுப் பார்த்துட்டு...’

‘படிக்க வேண்டாம் சார். சில கேள்விகளுக்குப் பதில் கிடைச்சா போதும்.’

‘ஸாரி, எக்ஸ்க்யூஸ் மீ. எஸ்.ஏ. வரார் இன்னைக்கு. அதனால ஞாயிற்றுக்கிழமை வாங்கோ. சாவகாசமா நடந்தது என்னன்னு சொல்றேன்.’

‘சரி.’

‘அப்ப வரட்டுமா?’

‘காப்பி சாப்பிடலையே!’

கணேஷும் வஸந்தும் மௌனமாகக் காப்பி சாப்பிட, மகேந்திரனின் அப்பாவை சிறுவன் வினோ கேட்டுக்கொண்டிருந்தான்.

‘தாத்தா, அம்மா உம்மாச்சியை பார்க்கப் போயிருக்காதானே?’

‘ஆமாண்டா கண்ணா, இப்ப வந்துருவா.’ அவன் வாயில் விரல் செருகிக்கொள்ள, வேலைக்காரப் பெண் அவனை வாங்கிக் கொள்ள, மகேந்திரன் அம்மா மூக்கு சிவந்து, ‘என் செல்லமே கொஞ்சம் சாக்கிரதையா இருந்திருக்கக் கூடாதா? இந்தக் குடும் பத்தை எப்படிச் சமாளிக்கப் போறேன்? மலைப்பா இருக்கே.’

கணேஷ் தன் கூலிங்க்ளாஸை மேஜையில் விட்டுவிட்டுப் புறப் பட்டான்.

# 3

வஸந்த் கார் கதவைத் திறந்து காத்திருந்தான். கணேஷ் வெளியே நின்றுகொண்டு கைக் கடிகாரத்தைப் பார்த்தான்.

'பாஸ், ராகுகாலம் பார்க்கிறீங்களா?'

'இல்லை வஸந்த், கூலிங்கிளாஸை விட்டுட்டு வந்திருக்கேன்.'

'போய் எடுத்துட்டு வரவா?'

'அதுக்கு முந்தி நம்மைப் பத்தி என்ன பேசிக்கிறாங்கன்னு...'

'ஒட்டு கேக்கணும். அவ்வளவுதானே. ரத்தத்தில் பொறந்ததாச்சே!'

கணேஷ் காத்திருக்க, ப்ரதிமா, 'என்ன கணேஷ்?' என்றாள்.

'ஒண்ணுமில்லை. சின்ன விஷயம்.'

காரில் ஒரே திக்காகப் பார்த்துக்கொண்டிருந்த சதாசிவம், 'என்னங்கறான் என் சம்பந்தி கோவிந்தராஜன்?' என்றார்.

'எல்லாமே விபத்துன்னுதான் சொல்றார்!'

'அப்ப லெட்டர் எல்லாம் என்னவாம்?' என்றாள் ப்ரதிமா.

வஸந்த் திரும்பி வந்தான்.

'என்னடா?'

'கூலிங்கிளாஸைப் பார்த்துட்டு சாரே கொடுக்க வந்திருக்கார்.'

அவன் பின்னால் வந்த மகேந்திரன், 'நல்ல வேளை நீங்க கிளம்பலை. இங்கேயே இருந்திருக்கீங்க' என்றபடி கணேஷைப் பார்த்தார்.

அந்தப் பார்வையில், 'உன் சாகசம் எனக்குத் தெரிந்துவிட்டது' என்று சொல்லாமல் சொன்னார். 'ஹலோ ப்ரதிமா!' என்று தன் மச்சினியைப் பார்த்துப் புன்னகைத்தார்.

ப்ரதிமா பேசவே இல்லை. முகத்தைக் கடுப்பாக வைத்துக் கொண்டு, 'கணேஷ் போகலாமா?' என்றாள்.

'நீங்க எல்லாரும் எங்கமேல சந்தேகப்படறீங்கன்னு நெனைக்கிறேன். மாமா நீங்க கூடவா?'

சதாசிவம், 'உன்னோட பேச விரும்பலை மகேந்திரா. என் பொண்ணை கொன்னவன் நீ' என்றார் உதடுகள் துடிக்க.

'ஆ, கம் ஆன்! கணேஷ் நீங்க நாராயணியைப் பத்தி முழுக்கத் தெரிஞ்சுண்டு சந்தேகப்படுங்க.'

'என்ன தெரிஞ்சுக்கணும்? சாரே ஒரு லிஸ்ட் கொடுத்துட்டார்.'

'அவ சந்தோஷமாத்தான் இருந்தா. விபத்தில் செத்துப் போனா. இட் வாஸ் ஜஸ்ட் என் ஆக்ஸிடெண்ட். நத்திங் மோர். ப்ரதிமா, ப்ளீஸ் பிலீவ் மீ. சார், சதாசிவம், நீங்க இதைப் பெரிசு பண்றதுக்கு என்ன காரணம்னு எனக்கு வியப்பா இருக்கு.'

கணேஷ் தீர்மானித்து, 'மிஸ்டர் மகேந்திரன், நாம வார்த்தைகள்ல விளையாடவேண்டாம். இவங்ககிட்ட இருக்கிற உங்க மனைவி எழுதின கடிதங்களைப் படிச்சா எவருக்கும் சந்தேகம் வரும். அதில உங்களைப் பத்தியோ உங்க பெற்றோரைப் பத்தியோ அப்படி ஏதும் சிலாக்கியமா எழுதலை. இன்ஃபாக்ட் அதை ஏதாவது பெண் போலீஸ் ஆபீசர்கிட்ட காட்டினா சாப்பிட்ட கை கழுவாம அரஸ்ட் வாரண்டோட வருவாங்க.'

'என்ன எழுதியிருந்தா?' என்றார் கவலை நிறைந்த முகத்துடன்.

'மூணு பேரும் சேர்ந்து அவளை ரொம்ப இல்ட்ரீட் பண்றதாக வும், அவளுக்குச் சித்தப்பிரமைன்னு சொல்லி ஆஸ்பத்திரியில அட்மிட் பண்ண முயற்சிக்கிறதாகவும் - அதான் சொன்னனே...'

'சார், ரெண்டாவது கல்யாணம் பண்ணிக்கப் போறப்பல' என்றான் வஸந்த் திடீரென்று.

'அது வந்து...'

வஸந்த், 'ஹால்ல இன்விடேஷன் பார்த்தேனே, ப்ரஸ்லருந்து வந்து கத்தை கத்தையாக் காத்திருக்கு.'

'அப்படியா!' என்றான் கணேஷ் ஆச்சரியத்துடன்.

'மிஸ்டர் மகேந்திரன், இதையெல்லாம் ஒண்ணோட ஒண்ணு கூட்டிப் பார்த்தா பன்னிரண்டு வருது.'

மகேந்திரன் மெல்ல அவனை அணுகி, 'வஸந்த், ஒரு ஆசாமி, பெண்டாட்டி இறந்துபோனவுடன் ரெண்டாம் கல்யாணம் பண் ணிக்கிறது பெரிய குற்றமா?'

'பெண்டாட்டி நார்மலாச் செத்திருந்தா குற்றமே இல்லை!' என்றாள் ப்ரதிமா.

'அப்நார்மலாச் செத்திருந்தாக்கூட குற்றம் இல்லை' என்றான் கணேஷ். 'இட்ஸ் யுவர் லைஃப்.'

'எப்படி அவ அந்தக் கடிதம் எழுதியிருக்க முடியும்? அதனோட காப்பி தர்றீங்களா!'

'எதுக்கு?'

'அதை நான் பார்க்கணும். எங்களுக்குத் தெரியாம ஏதோ கற்பனை உலகில அவ இருந்திருக்கா.'

'அவங்க சிஸ்டரை கேட்டா, அப்படி ஒண்ணும் கற்பனை உலகம் இல்லை என்கிறாங்க. ரொம்பக் கடுப்புல இருக்காங்க, என்ன ப்ரதிமா?'

'ப்ரதிமா, உன்னை நான் தனியாச் சந்திக்க விரும்பறேன்.'

'நான் விரும்பலை.'

மகேந்திரன் அடிபட்ட பார்வையுடன், 'ப்ளீஸ், உங்களுக்கு எப்படிப் புரிய வெக்கறது?'

'முயற்சி பண்ணவேண்டாம். போகலாமா கணேஷ்!'

கணேஷ் காரில் உட்கார்ந்துகொள்ள வஸந்த், 'மறுபடி சந்திக்கலாம்' என்று புறப்பட்டான்.

மகேந்திரன், கிளம்பின காருடன் கூட நடந்துவந்து, 'வஸந்த் நீங்க என்னை நம்பவேண்டாம். எங்க பேரண்ட்ஸை நம்பறீங்களா? வயசானவங்க பொய் சொல்லுவாங்களா? அவங்களோட ஒருநாள் சாவகாசமாப் பேசிப் பாருங்க. நடந்ததெல்லாம் சொல்லுவாங்க.'

'மூணு பேரும் சேர்ந்துண்டுதாண்டா அவளைக் கொன்னீங்க!' என்றார் சதாசிவம். அவர் கைகள் இன்னும் நடுங்கிக் கொண்டிருந்தன.

கணேஷ், 'சரி சார், வர்ற வெள்ளிக்கிழமை மறுபடி வர்றம்.'

காரில் திரும்பிச் செல்லும்போது, 'கணேஷ், இந்த ஆளைப் பத்தி என்ன நினைக்கிறீங்க?' என்றாள் ப்ரதிமா.

'எதுவும் நினைக்க முடியல. அப்பா அம்மாவையெல்லாம் பாத்தா சதி பண்ணி எதுவும் செய்திருப்பாங்கன்னு தோணலை.'

'உங்களுக்கு கோவிந்தராஜனைத் தெரியாது...'

'கடிதம்?'

'நீங்க ரெண்டு பேரும் சாயங்காலம் வந்துருங்க. அதுக்குள்ள மகேந்திரனைப் பத்திக் கொஞ்சம் தகவல் சேகரிக்க முடியுமான்னு பாரு வஸந்த்... ப்ரதிமா, வி ஆர் ஸ்டில் கன்ஃப்யூஸ்டு.'

மாலைக்குள் வஸந்த் நிறையத் தகவல்கள் சேகரித்தே விட்டான்.

கையில் சின்னதாக ஒரு ரெமி மார்ட்டின், குண்டு டம்ளரில் கலக்கிக்கொண்டு குறிப்புப் புத்தகத்திலிருந்து வாசித்தளித்தான்.

'மகேந்திரன் குஜராத் கேடர். ஆமதாபாத்தில ஒரு ஸ்டேட் அண்டர்டேக்கிங்கில மானேஜிங் டைரக்டரா இருந்தவர். நிறையப் பணப் புழக்கம் உள்ள போஸ்ட். அதில ரொம்ப நேர்மையா இருந்தவர்னு பேர் வாங்கியிருக்கார். அப்பழுக்கற்ற குணாதிசயங்கள். கெட்ட பழக்கங்கள் ஏதும் கிடையாது.'

'எதுக்கு சென்னைக்கு வந்திருக்கார்?'

'அது கொஞ்சம் ரகசியமா இருக்குது பாஸ். நந்தம்பாக்கத்தில முகமில்லாத ஒரு சென்ட்ரல் கவர்மெண்ட் கட்டடத்தில் என்னவோ ஸ்ட்ராட்டிஜி இன்ஸ்ட்யுட்ங்கறாங்க. அதில் புதுசா போஸ்டிங் ஆகியிருக்கார்னு தோணுது.'

'ரெண்டாம் கல்யாணம் பண்ணிக்கப்போறது யாரை?'

'ஆபீஸ்ல அவருடைய அசிஸ்டெண்ட் ஒருத்திய. பேரு ரஞ்சனி ஷர்மாவாம்.'

'வடக்கத்திக்காரி.'

'இப்ப ஷர்மான்னு பலபேர் வச்சுக்கறாங்க.'

'அந்தப் பொண்ணை நாம சந்திக்க முடியுமா?'

'அதுக்கு முன்னாடி அந்த வீட்டு வேலைக்காரப் பொண்ணு இருக்குது பாருங்க. அதைக் கொஞ்சம் சாக்லேட் வாசனை காட்டி அழைச்சுட்டு வந்திருக்கேன். சசிகலா, இங்க வா!'

வஸந்தின் அசாதாரண ஏற்பாடுகளை வியக்குமுன் வேலைக்காரப் பெண் உள்ளே வந்து, 'எதுக்காக வரச் சொன்னீங்களாம்?'

'அய்யாதான் வரச் சொன்னாரு. காசு கொடுக்கறன்னாங்க.'

'சொல்லு, சசிகலாவா நீ? பேர் நல்லாவே இருக்கு. இன்னா வயசு உனக்கு?'

'எட்டுங்க.'

'பள்ளிக்கூடம் போறியா? வளத்தியப் பாத்தா எட்டு வயசாத் தெரியலையே! வயசுக்கு வந்துட்டியா?'

'எனக்கு எட்டு வரைக்கும்தான் தெரியும்.'

'ரிப்பனைக் கடிக்காதே. சீ! வந்து அய்யா வீட்டில எத்தனை நாளா வேலை செய்துகிட்டு வர்ற?'

'வின்னி பொறந்ததில இருந்துங்க. செங்கல்பட்லருந்து கூட்டி யாந்தாங்க. அங்க போயிருந்தேன். ஆதாபாத்...'

'அகமதாபாத்?'

'ஆமாங்க.'

'அந்தம்மா நாராயணியைப் பத்தித் தெரியுமா?'

'தெரியுங்க. அவங்கதான் எனக்கு மாலை எல்லாம் வாங்கிக் கொடுத்தாங்க.'

'ஏன் எறந்து போனாங்க?'

அந்தப் பெண் கண்களை உருட்டி யோசித்து, 'கேஸ் வெடிச்சு ருச்சு' என்றது.

'அப்ப நீ இருந்தியா?'

'இல்லைங்க. மார்க்கெட் போயிருந்தேன்.'

'யார் போகச் சொன்னாங்க?'

'தாத்தாங்க.'

'கெழவரா? சர்த்தான் பாஸ்.'

'அவர்தான் 'சசிகலா, மார்க்கெட் போயி லிஸ்டில உள்ளது எல்லாம் வாங்கிட்டு வந்துரு'ன்னாங்க. வரத்துக்குள்ள அம்மா செத்துட்டாங்க. டபார்னு வெடிச் சத்தம் மாதிரி கேட்டுதாம். பக்கத்து வீட்டு தாப்பா சொன்னான்.'

'அந்தம்மாவும் அய்யாவும் சண்டை போட்டுப்பாங்களா?'

'போட்டுப்பாங்க. குலாவவும் குலாவுவாங்க.'

'பாட்டி எப்படி?'

'பாட்டி நல்லவங்கதான். செலப்பதான்.'

'மாமியாரும் மருமகளும் புகைஞ்சுப்பாங்களா?'

'வாக்குவாதம் பண்ணிப்பாங்க. மகேன் அய்யா இவங்களுக்கு சமாதானம் பண்ணுவாரு. தாத்தா வந்து பெரியம்மாவுக்கு சமாதானம் பண்ணுவாங்க.'

'நகை பத்திப் பேச்சு வருமா?'

'வருங்க.'

'அம்மா உங்கிட்ட ஏதாவது சொல்லி அழுதிருக்காங்களா?'

'இல்லீங்க. தபால் எழுதி அவங்களுக்குத் தெரியாம போட்டுட்டு வரச் சொல்லுவாங்க.'

அப்போது வாசலில் ஆட்டோ ரிக்ஷா வந்து நிற்க, அதிலிருந்து இறங்கியவரைப் பார்த்து அந்தப் பெண் பேதலித்துப்போய், 'அய்யோ! தாத்தாங்க, இவரையும் கூப்ட்ருக்கீங்களா?'

'இல்லையே' என்றான் வஸந்த். 'இலவசமா வந்திருக்காரு!'

உள்ளே வந்த கோவிந்தராஜன், 'சசி! இங்க என்ன பண்ற நீ?'

அந்தப் பெண் நாக்கு உலர்ந்துபோய், 'இந்த அய்யாதான் காசு தரேன்னு...'

அவர் வஸந்தை முறைத்துப் பார்த்து, 'மிஸ்டர் வஸந்த்... திஸ் இஸ் வெரி பாட். அந்தப் பெண் ஏழைங்கறதனால அதை எக்ஸ்ப்ளாயிட் பண்ணி... ச்சே சேச்சே... உங்களுக்கு ஏதாவது விவரம் வேணும்னா நான் தர்றேன். இந்த மாதிரி வேலைக்காரப் பெண்ணுங்ககிட்ட ஸ்னீக் பண்றது நல்லால்லை. சசிகலா, வீட்டுக்குப் போ!'

'அய்யா... அய்யா... என்னை மன்னிச்சிருங்க. அம்மாகிட்ட சொல்லாதீங்க. வீறிப்புடுவாங்க.'

'நீ வீட்டுக்குப் போ முதல்ல.'

அவள் செல்ல, வஸந்த், 'பொண்ணு இந்தப் பக்கம் போயிண்டு இருந்தது...'

'சும்மாப் பொய் சொல்லாதீங்க' என்றவர் நாற்காலியில் உட்கார்ந்தார்.

‘நான் வந்த விஷயம் வேற. நாராயணி எழுதிய இந்தக் கடிதங் களைப் பாருங்க’ என்று மேசைமேல் சில கடிதங்களை வீசினார். வஸந்த் அதில் ஒன்றை எடுத்துப் படிக்கத் தொடங்கினான்.

‘டார்லிங் பிரேம்...’

‘சரிதான் பாஸ்... கதைக் கரு வலுக்கிறது.’

# 4

'மை டியர் ப்ரேம், உன்னிடமிருந்து கடிதம் இல்லை. கல்யாணத்துக்குப் பிறகு என்னை மறந்தே விட்டாயா? அதற்கும் நம் நட்புக்கும் எந்தவிதச் சம்பந்தமும் இல்லை. I find I cannot exist without you...' -வஸந்த் நிமிர்ந்து, 'பாஸ், கீட்ஸ்!' என்றான்.

'I cannot exist without poetry'ன்னான் கீட்ஸ்' என்று கணேஷ் திருத்த, கோவிந்தராஜன் வஸந்தை முறைத்துப் பார்த்து, 'என்ன சொல்றீங்க?' என்றார்.

'இந்தக் கடிதம் உங்க டாட்டர் இன் லா - மறைந்த நாராயணி - எழுதினதுங்கறீங்க?'

'ஆமாம். வேணும்னா ஒப்பிட்டுப் பாத்துக்கங்க.'

'எதோட?'

'சதாசிவம்தான் அவளோட லெட்டர் எல்லாம் கொடுத்திருக்கானே.'

கணேஷ் கடிதத்தைப் பார்த்து, 'இந்தக் கடிதத்தை எங்ககிட்ட காட்டி என்ன தெரிவிக்க விரும்பறீங்க? இதற்கும் நாராயணியோட மரணத்துக்கும் ஏதாவது சம்பந்தம் இருக்குதுங்கறீங்களா?'

'இல்லை. உண்மையை மேம்போக்காப் பார்க்காதீங்க. துப்புரவா விசாரித்தா என்ன என்னவோ பாம்புங்கள்ளாம் வெளியே வரலாம்.'

'ப்ரேம்கறது யாரு?'

'எனக்குத் தெரியாது... கவலையும் இல்லை. இறந்து போன வங்க அந்தரங்கத்தைக் குடையறது அநாகரிகமான செயல்.'

'மெய்தான்.'

கணேஷ், 'மிஸ்டர் கோவிந்தராஜன்! நாங்க அனாவசியமா ஒருத் தர்மேல பழி போடமாட்டோம். கவலைப்படாம போங்க.'

'ஷி வாஸ் வைல்டு' என்றார்.

'யாரு?'

'நாராயணி. என் மகனுக்கு ரொம்பத் தொந்தரவு கொடுத்தா. கண்ட நேரத்தில கண்ட இடங்களுக்குப் போவா. காந்தி நகர்ல டிஸ்கோவோ என்னவோ சொல்றாங்களே, அங்க ராத்திரி பன் னிரண்டு வரைக்கும்.'

'காந்தி நகர்ல எங்க டிஸ்கோ இருக்கு சார்? ரீல் விடறீங்களே.'

'வஸந்த், அவர் சொல்றது அகமதாபாத் காந்தி நகர்.'

'ஆமாம். திடீர்னு ஆசிரமத்துக்குப் போவா. திடீர்னு ஜெ.கிருஷ்ண மூர்த்தி, திடீர்னு ஸ்காட்ச் பாட்டில் வெச்சுப்பா. அப்பா! அவகூட நாங்க பட்ட பாடு.'

'அப்படின்னா தற்கொலை சாத்தியமும் இருக்கில்லை, அவங் களே பத்த வெச்சிருக்கலாம். காஸ் அடுப்பைத் திறந்துட்டு இருக்கலாம்.'

'ப்ரேம்ங்கறது யாரு? உங்களுக்குத் தெரியாது?'

'தெரியாது.'

'ரஞ்சனி ஷர்மா?'

அவர் திடுக்கிட்டு, 'கேள்விப்பட்ட பேரா இருக்கு' என்றார்.

'உங்க மகனோட ஆபீஸ் அசிஸ்டண்டு. அவளைத்தான் அவர் கல்யாணம் செய்துக்கப்போறதா ஒரு கிசுகிசு.'

'பொய்.'

'இருக்கலாம். அப்ப...' கிளம்பறீங்களா என்று சொல்லாமல் சொன்னான்.

'போறதுக்கு முன்னாடி, கண்ணாடி அறையில் கல் எறியறதுக்கு உண்டான சாக்கிரதை வேணும் உங்களுக்கு. அவ்வளவுதான் சொல்ல வந்தேன்.'

'நல்ல உதாரணம். ராத்திரி பூரா சிந்தனையில என்ன ஆழ்த்தப் போறது. வாங்க.'

அவர் போனதும் கணேஷ், 'வாட்டு யூ மேக் ஆஃப் இட்?'

'எதையோ மறைக்க விரும்புறாங்க.'

'எதை?'

'பாஸ், தாத்தாவையும் பாட்டியையும் பார்த்தா முதல் இம்ப் ரெஷன் நாட் கில்ட்டி.'

'இந்தக் கடிதத்தையும் சதாசிவம் காட்டின கடிதத்தையும் ஒப் பிட்டுப் பார்த்துட்டா போவுது.'

'அந்தக் கடிதங்கள் இருக்குதா?'

'இல்ல பாஸ். ஒருநடை எத்திராஜ் போய்ட்டு வாங்கி வந்துர்றேன்.'

'சரி, வா போகலாம்.'

'அய்யய்யோ... நீங்க எதுக்கு? உங்களுக்கு ரொம்ப ஜோலி இருக்கு.'

'அந்த ஜோலிகள்ள ஒண்ணு, வஸந்த் காலேஜ் வாசல்கள்ள மிஸ் பிஹேவ் பண்ணாம பார்த்துக்கறதும்தான்.'

'ரொம்பக் கடிப்பிங்க பாஸ். என்னைப் பார்த்தா யாராவது பொம்பளைப் பொறுக்கின்னு சொல்வாங்களா?'

'சொல்ல மாட்டாங்க. அதான் டேஞ்சர்.'

'என்னவோ நுங்கம்பாக்கம் ஏரியாவுக்கே க.பா.செ. மாதிரி.'

கணேஷ் அவனை முறைத்துப் பார்த்தபோது, 'கற்பு பாதுகாப்பு செயலாளர்னு. பாஸ், உங்களுக்கு சேஃப்டி பெல்ட்டுன்னா என்னான்னு தெரியுமா?'

'வாடா, எனக்கு இரண்யா பெல்ட்டுதான் தெரியும்.'

வஸந்த் காரில் பிங் ஃப்ளாய்ட் போட்டு அலறவைக்க கணேஷ் அதைக் குறைத்தான். 'என்னடா பாட்டு இதெல்லாம்?'

'உங்களுக்கு பூச்சி சீனிவாச ஐயங்கார்னாத்தான் பிடிக்கும். அவர்லாம் காஸட் யுகம் வரதுக்குள்ளேயே மறைந்து போய்ட்டார், நல்லவேளை.'

கணேஷ் எத்திராஜ் வாசலில் காரை நிறுத்த, மலர்க் கொத்துபோல் பெண்கள் க்ளாஸ்விட்டு வெளியே சிதறிக்கொண்டிருந்தார்கள்.

'பாஸ்! கதம்பவனம், டுட்டி ஃப்ருட்டி, ஜிஜிபி...'

'என்னடா ட்ரஸ்ஸு, சாஸ்திரிகள் பஞ்சக்கச்சம் மாதிரியா...'

'அமெரிக்கால இப்ப என்ன தெரியுமா லேட்டஸ்ட்? மேல சல்வார். கீழ ஸ்கர்ட்டு.'

'இவாள்ள ப்ரதிமாவை எப்படிக் கண்டுபிடிக்கிறது?'

வஸந்த் காரைவிட்டு இறங்கி ஒரு பெண்ணைத் தேர்ந்தெடுத்து, 'எக்ஸ்க்யூஸ் மி' என்றான்.

அவள் திரும்பிப் பார்த்து, 'ஷவ் ஆஃப்' என்றாள். தோழிகளைப் பார்த்துச் சிரித்து, மறுபக்கம் கடந்தாள்.

'வாட்டர் வாட்டர் எவ்ரி வேர்னு காலரிஜ் ஏன் சொன்னான்னு இப்பத்தான் பாஸ் புரியுது.'

'லுக் ஃபார் ப்ரதிமா.'

'ஒருத்தரும் பேசமாட்டேங்கறாங்க. பார்த்த உடனே ஒரு மாதிரி ஆய்டறாங்க. காதல்னால பேச்சே நின்னு போய்ட்றது!'

'கிலியாகவும் இருக்கும். கண்ணாலேயே உரிச்சுருவியே நீ.'

'இல்லை பாஸ், கன்னுக்குட்டி மாதிரி பார்த்துண்டுதான் கேக்கறேன்.'

கணேஷ் இறங்கி, 'மிஸ் லுக்கிங் ஃபார் ஒன் ப்ரதிமா.'

அந்தப் பெண் புன்னகைத்து, 'எந்த கோர்ஸ்?' என்றாள்.

வஸந்த், 'இதப் பார்றா! நான் கேட்டா எடக்கு, பாஸ் கேட்டா புன்னகை. எல்லாம் மச்சம்' என்று முணுமுணுத்தபடி, 'பிகாம் பாஸ்' என்றான்.

'எந்த இயர்?'

'தர்ட் இயர்னு நெனைக்கிறேன்.'

'ப்ரதிமா, ப்ரதிமா ஈவினிங் கிளாஸா?'

'ஏன்?'

'ஈவினிங் கிளாஸ்னா அந்த கோஷ்டியில இருக்க மாட்டாங்க.'

'உங்க பேர் என்ன?' என்றான் வஸந்த்.

'ப்ரதிமா.'

'வாட் எ கோயின்சிடன்ஸ்! உங்க பேரு?' என்று மற்றொரு பெண்ணைக் கேட்க, அவளும் ப்ரதிமா என்றபடி 'வாட் எ கோயின்சிடன்ஸ்' என, அவர்கள் அனைவரும் சிரிக்க, 'வார் றிங்களே' என்றான் வஸந்த். அப்போது நிஜ ப்ரதிமா வருவதை கணேஷ் அடையாளம் கண்டுகொண்டு ஹார்ன் அடிக்க, அவள் வந்து, 'ஹலோ வஸந்த்! எங்க வந்தீங்க? கேர்ள்ஸ்! திஸ் இஸ் தி ஃபேமஸ் வஸந்த்.'

'இந்தப் பேட்டையில எல்லாரும் ப்ரதிமாவா?'

'டோண்ட் மைண்ட் தெம். இப்பல்லாம் காலேஜ் பொண்ணுங்க பழைய மாதிரி இல்லை.'

'தெரியுது. சுளுக்கு எடுத்து விட்டுருவாங்கபோல இருக்கு. ஒன்று பட்டால் உண்டு வாழ்வுன்னு சொன்னாப்பல, சேர்ந்துட்டா பயங்கரம். இருந்தாலும் இவங்களை ஒண்ணு கேக்க விரும் பறேன்...'

ப்ரதிமா பின் சீட்டில் ஏறிக்கொள்ள, 'ஸீ யு கர்ள்ஸ்' என்றான்.

'ஸீ யு வஸந்த். உங்களை பார்த்த உடனே என்ன ஆச்சு தெரியுமா எங்களுக்கெல்லாம்?'

'பாத்ரூம் போகணும்போல ஆய்டுத்தும்பிங்க, ஆளை விடுங்க. ஹோப் யு ஹாவ் எ நைஸ் மோஷன்.'

ப்ரதிமா வஸந்தையே கண் கொட்டாது பார்த்து, 'அவங்களை எல்லாம் தனியா சந்திச்சா காப்ரா ஆய்டுவாங்க.'

'சந்திக்காமயா போறேன்! அந்தப் புள்ளி புள்ளி யெல்லோ ஷர்ட்டை பொட்லமா மடக்கி முத்தம் கொடுக்கலைன்னா எம் பேரு வஸந்த் இல்லை.'

'ப்ரதிமா, அந்தக் கடிதங்களை மறுபடி பார்க்கணும்.'

'வீட்டில இருக்கு, வரீங்களா?'

'வந்தாப் போச்சு. இதைப் பாருங்க' என்று கோவிந்தராஜன் கொடுத்த கடிதத்தைக் காட்டினான்.

அதை அவள் படித்து சற்று அச்சத்துடன் நிமிர்ந்து 'யார் அந்த பிரேம்?'

'உங்களைக் கேக்கலாம்னு வந்தோம்.'

'இதை கோவிந்தராஜன் கொண்டுவந்து கொடுத்தாரா?'

'ஆமாம்.'

'இதில இருக்கறது உங்க அக்கா கையெழுத்தா?'

ப்ரதிமா பார்த்து சற்றே கலவரத்துடன், 'அப்படித்தான் தோணறது. யார் இந்த பிரேம்?'

'பார்த்தா லவ் லெட்டர் மாதிரி இருக்கு.'

'சே! நாராயணியா.'

கணேஷ் அவளைப் பார்த்துக்கொண்டிருந்தவன் காரைக் கிளப்பி பெண்களின் ஊடே ஹார்ன் அடித்தான்.

'ஹாய் வஸந்த்' என்று அந்த மஞ்சள் உடைக்காரி கையை அசைத்தாள்.

'ஹாய் கிளியோபாட்ரா. சரியான சிகாடி!'

'இதைப் பார்த்தா ஒரு லவ் லெட்டர் மாதிரித்தான் இருக்குது.'

'ப்ரதிமா, உங்க சிஸ்டரை உங்களுக்கு முழுக்கத் தெரியுமா?'

‘ஏன்?’

‘கல்யாணம் ஆனப்பறம் அவங்க வீட்டில நடந்த சம்பவங்கள் அனைத்தையுமே உங்களுக்கு எழுதியிருக்காங்களா? வஸந்த், கவனிக்கிறியா?’

‘சரியான சாலு மால் பாஸ். ஆகஸ்டு பதினஞ்சு, என்ன சொல்ல வந்தீங்க?’

‘சொல்லுங்க ப்ரதிமா. உங்க சிஸ்டரை எவ்வளவு தூரம் உத்தர வாதமாக, கணவருக்கு ஃபெய்த்ஃபுல்லா இருந்தாங்கன்னு சொல்ல முடியுமா?’

ப்ரதிமா பதில் சொல்லவில்லை.

‘இந்தக் கடிதம்...’

‘இது எனக்கு விந்தையாகத்தான் இருக்கு.’

‘கேஸ் போடவோ, ரிட் போடவோ எங்களுக்குத் தயக்கமில்லை. ஆனா இதெல்லாம் டபுள் எட்ஜ் வெப்பன்பாங்களே அது மாதிரி. நாம புரளியைக் கிளப்பினா அவங்களும் இந்த மாதிரி கிளப் புவாங்க. தயாரா?’

‘இது ஒண்ணுதான் கடிதமா?’

‘சொல்லலை அவர். நிறையவும் இருக்கலாம். வார்ன் பண் ணிட்டுப் போனார்.’

‘என்னன்னு?’

‘கண்ணாடி அறையில் இருந்து கல் எறியாதேன்னு.’

அவள் தயங்கி, ‘அப்பாவைக் கேட்டுரலாம்’ என்றாள்.

‘அதான் உத்தமம். கொஞ்சம் ஆடிட்டேன். எத்திராஜ் பொண் ணுங்களைப் பார்த்து கல்தாயிடுத்து. அத்தனையும் மல்ட்டி!’

‘வஸந்த், என்னடா பரிபாஷை இதெல்லாம்?’

‘நான் சொல்றேன்’ என்றாள் ப்ரதிமா.

'மல்ட்டி, காரமால், ஜிஜிபி எல்லாம் பல்வேறு பெண்களைக் குறிக்கும் பெயர்கள்.'

'காப்பி!'

'கிடைக்கும். வாங்க. நான்கூட எத்திராஜ்தான். வாங்க.'

ப்ரதிமாவின் வீட்டை அடைந்தபோது வாசலில் கூட்டமாக இருந்தது.

# 5

அவர்கள் போய்ச் சேர்ந்தபோது வீட்டு வாசலில் கூட்டமாக இருந்தது. ப்ரதிமா பதற்றத்துடன், 'அப்பா வுக்கு என்னவோ ஆய்டுத்து வஸந்த்!' என்றாள். வஸந்த் அவள் கையைப் பற்றிக் கொண்டு, 'டேக் இட் ஈஸி! டேக் இட் ஈஸி!' என்றபடி புறாவைப் போல கையைத் தடவிக்கொடுத்தான்.

கணேஷ் காரை விட்டு இறங்கிவர, வீட்டு வாசலில் சதாசிவம் அபத்தமாக உட்கார்ந்திருந்தார். அவரை ஆசுவாசப்படுத்தி யாரோ காப்பி கொடுத்துக்கொண் டிருக்க, இன்னொரு யாரோ விசிறிக்கொண் டிருந்தார்.

'என்ன சார் ஆச்சு, சதாசிவம்?'

குரல்களைக் கேட்டதும் சதாசிவம், 'வா கணேஷ், வா ப்ரதிமா! ஏன் லேட்டு?'

'என்ன ஆச்சுப்பா? அப்பா என்ன ஆச்சு?'

'என்னைக் கொல்லப் பார்த்தான் அவன்.'

'எவன்?' என்றான் வஸந்த். ப்ரதிமாவை இதுதான் சாக்கு என்று அணைத்துக்கொண்டு. 'இந்தச் சமயத் தில் ப்ரதிமா, நீங்க பதட்டப்படவே கூடாது. அண்டர்ஸ்டாண்ட்!'

‘எல்லாம் என் மாப்பிள்ளை அனுப்பிச்சது. நாராயணி புருஷன் ஐ.ஏ.எஸ். கிராதகன்! என்னைக் கொன்னுட்டாப் போதுமா? உண்மையைக் கொல்ல முடியுமா கணேஷ்.’

‘என்ன நடந்ததுன்னு விவரமாச் சொல்லுப்பா!’

‘ப்ரதிமா. வாங்க ரெஸ்ட் எடுத்துக்கலாம்.’

‘இரு வஸந்த்!’ என்று கையைப் பிடுங்கிக்கொண்டாள்.

சதாசிவம் மெல்லச் சொன்னார். ‘நானே காப்பி போட்டுண்டு டபரா டம்ளரோட ஹாலுக்கு வரேன். யுஜிஸி ப்ரொக்ராமை டிவில போட்டுக் கேட்டுண்டிருப்பேன்! ஜன்னல்ல சப்தம் கேட்டது. யாரு யாருன்னு கேக்கறேன். பதில் இல்லை. சட்டுன்னு வாக்கிங் ஸ்டிக்கை எடுத்துத் தயாரா நீட்டிண்டு நிக்கறேன். அவன் பின்பக்கமா வந்து கழுத்தை மூச்சுத் திணர்ற மாதிரி நெருக்கினான்.’

‘இதுக்கு முன்ன கேட்டிருக்கீங்களா அவன் குரலை?’

‘இல்லை. பின்பக்கத்திலிருந்து தாக்கி நெரிக்கிறான். அப்படியே ரத்தம் செத்துப் போய் அரை மயக்கமாயிட்டேன்.’

‘ஏதாவது பேசினானா?’

‘ஆமாம். காதுங்கிட்ட... ‘ஏய் பொட்டைக் கிழவா. கேஸ் போடப் போறியா மாப்பிள்ளை மேல. உம் பொண்ணு வண்டவாளத்தை அவுத்துவிடட்டுமா?’ன்னு. அதுக்கப்புறம் ஞாபகமே இல்லை. மயக்கம் மாதிரி வந்துடுத்து. கொஞ்சம் நேரம் விட்டு, நினைப்பு வந்ததும் சட்டை கிழிஞ்சிருக்கிறதைப் பார்த்தேன். கீழ வந்தேன். இன்னும் கொஞ்சம் தண்ணி ப்ரதிமா! ப்ரதிமா வேண்டாம் போதும். கேஸ் ஏதும் வேண்டாம். அந்தக் கிராதகப் பய என்ன அநியாயம் வேணும்னாலும் செய்யத் தயாரா இருக்கான் ப்ரதிமா!’

ப்ரதிமா, ‘அப்பா, சும்மா அப்படியே விட்டுட்டா எப்படி?’ என்று அவரைக் கைத்தாங்கலாக அழைத்துச் செல்ல... ‘எதுக்கு வாசல் கதவைத் திறந்து வெச்சுக்கறீங்க! நான் போறப்ப சொன்னேனா இல்லையா? மகேந்திரன் எதுவும் செய்யத் துணிஞ்சவன்னுட்டு.’

‘நான் இப்படி இதை எதிர்பார்க்கலை ப்ரதிமா! ஒரு குருடனை இந்த மாதிரி தாக்கறது எத்தனை கோழைத்தனம்!’

அவர்கள் வீட்டுக்குள் நுழைய, வஸந்த் சுற்றிலும் பார்த்துக் கொண்டே பின்தொடர்ந்தான். 'போங்கப்பா, போங்கப்பா; வேடிக்கை பார்க்கவா வந்தீங்க? போங்க! தி ஷோ இஸ் ஓவர்!'

உள்ளே சதாசிவம் நாற்காலியில் உட்கார்ந்து பிரமிப்பாக ஒரே திசையில் பார்த்துக் கொண்டிருந்தார். 'வண்டவாளம்னு வார்த்தையை உபயோகப்படுத்தியிருக்கானா சார்?' என்றான் வஸந்த்.

'அப்படித்தான் ஞாபகம், ஏன்?'

'அதிலிருந்து கண்டுபிடிச்சுரலாம்.'

'அப்படியா?'

'இல்லை சார். புருடா விடறான். நான் இதைப் பத்தி ஒரு போலீஸ் கம்ப்ளையிண்ட் கொடுக்கவா!'

'வேண்டாம் கணேஷ்!'

'ஏன்?'

'என்னை அடிக்கடி கூப்பிட்டு உயிரை வாங்குவாங்க. என் மாப்பிள்ளை ஐ.ஏ.எஸ். அதிகாரி. அரசாங்க உபத்திரவம் நிறைய ஏற்படுத்தக்கூடியவன்.'

'இந்த ஏரியா ப்யூஸை பிடுங்கிட்டான் நேற்றைக்கு!' என்றாள் ப்ரதிமா.

'அப்படியா?' என்றான் கணேஷ்.

'ஜெனரேட்டர் ஒண்ணு வாங்கிண்டுர்றது நல்லது. கரண்ட் எப்ப வேணும்னாலும் போகலாம்.'

'வஸந்த், இப்ப ஜெனரேட்டரைப் பற்றியா பேச்சு.'

'இல்லை பாஸ். என்ன செய்யணும் சொல்லுங்க.'

'முதல்ல ஒரு பெட்டிஷன் தயார் பண்ணு. டீட்டெய்ல்ஸ் வாங்கிண்டு. நாராயிணியின் மரணம் பற்றிய கேஸை மறு பரிசீலனை செய்ய.'

'காரணம்.'

‘புதிதாகக் கிடைத்த தகவல்கள்.’

‘ஏதாவது பத்திரிகையில இதைப்பத்தி ஒரு ஆர்ட்டிக்கல் போடச் சொல்லலாமே.’

‘இப்ப வேண்டாம்’ என்றார் சதாசிவம்.

‘அப்பா ரொம்பக் கலங்கிப் போயிருக்கார்.’

‘ஏதாவது சூடா சாப்பிடக் கொடுங்க! நான் வேணா வாங்கிண்டு வரவா? சோமாசி ஏதாவது...’

‘வேண்டாம்.’

‘அப்ப நான் வரட்டுமா’ என்றான் கணேஷ்.

‘ஓகே பாஸ். போயிட்டு வாங்க. நான் மற்றதெல்லாம் துப்புரவா விசாரிச்சுட்டு...’

‘வஸந்த், நீயும் வர்ற!’ என்றான் கணேஷ் உறுதியாக.

‘கில்ஜாய்!’ என்று அவளை ஒருமுறை விரலால் சுட்டுவிட்டு, ‘அப்ப ப்ரதிமா, மறுபடி எப்ப சந்திக்கலாம்? கேஸ் விஷயமா உங்ககிட்ட விவரமாப் பேசியே ஆகணும்.’

சதாசிவம், ‘கேஸ் வேண்டாம்’ என்றார்.

‘சேச்சே, இதுக்கெல்லாம் பயப்படாதீங்க. இப்படித்தான் ஒரு சாமியார் கேஸ்ல எங்க ரெண்டு பேத்தையும் பிரகலாதன் மாதிரி மலையிலிருந்து உருட்டி விட்டாங்க. இல்லை பாஸ்?’

‘இல்லை! வா! ப்ரதிமா, உங்க சிஸ்டர் எழுதின கடிதங்கள் வேணும்.’

ப்ரதிமா கடிதங்களைக் கொடுத்துவிட்டு ‘நான் போன் பண்றேன் கணேஷ். பை வஸந்த்!’

‘இந்த கேஸை எடுத்தே ஆகணும் பாஸ்’ என்றான் மாருதியைக் கிளப்பிக்கொண்டே.

‘அவங்க முதல்ல தீர்மானிக்கட்டும்!’

‘என்ன ஒரு கிராதகத்தனம் பார்த்தீர்களா! கழுத்தெல்லாம் நீலம் பாரிச்சிருந்தது. அப்படி அழுத்தியிருக்கான்!’

கணேஷ் சற்றுநேரம் சிந்தனையில் இருந்தான். 'வஸந்த் அந்த வீட்டில லேடி யார் யார் இருக்காங்க?'

'கவனிக்கலை.'

'நீ என்ன கவனிச்சிட்டிருந்தேன்னு எனக்குத் தெரியும்.'

'பாஸ், ஐம் இன் லவ்!' என்று கழுத்தைத் தொட்டுப் பார்த்துக் கொண்டான்.

'எத்தனாவது முறை இது?'

'திஸ் டைம், இட்ஸ் ரியலி பாஸ். அவ கையை என் கைக்குள்ள பத்திரப்படுத்தினபோது அப்படியே என் இதயம் தபால் புறா மாதிரி அடிச்சுண்டுது. காது நுனியெல்லாம் சிவந்து சூடாயிடுத்து, க்ளுக்கோஸ் இன்ஜெக்ஷன் மாதிரி.'

கணேஷ் மௌனமாக இருக்க, 'இதுக்கெல்லாம் என்ன அர்த்தம்?'

'உடம்பு சரியில்லை. டாக்டர்கிட்ட காட்டுன்னு அர்த்தம்.'

'இல்லை பாஸ். இது காதல்தான். காரண்டி. அந்த ப்ரதிமாங்கற ராக தேவதை! பனி நாள் தென்றல்!'

'அதிகமா சினிமாப் பாட்டு கேக்கறே! அச்சா... இப்ப என்ன பண்றே எனக்கு... மூணு ப்ரஸிடெண்ட் தேவைப்படுது. நம்ம நாகர்ஜுன் வர்ஸஸ் அபிராமி இண்டஸ்ட்ரீஸ் கேஸ்...'

'அது ஊத்திடுச்சு பாஸ்!'

'ஏன்?'

'ப்ரஸிடெண்ட்டே இல்லை.'

'கமான் வஸந்த். நீ பார்க்காமப் பேசாதே! எட்டு ஒன்பது ப்ரஸிடெண்ட் இருக்கு!'

வஸந்த் மௌனமாக இருக்க, 'உன் மனசு எங்கேயோ அலையுது.'

'எங்கேயும் இல்லை. 'அண்மையில் பார்த்த பெண்மையினால் ஆயிரம் விளக்குகள் மனத்தினிலேன்னு பாரதி சொன்னாப்பல...'

'பொய். பாரதி அப்படி ஏதும் எழுதவே இல்லை. கவிஞர் வஸந்த் பாரதி!'

மாலை கணேஷ் எம்.சி.சி சென்று ஒரு பாட்டம் ஸ்க்வாஷ் ஆடிவிட்டு, பூல் பக்கத்தில் பிரம்பு நாற்காலியில் பனியன் டிராயருடன் உட்கார்ந்திருக்க, வஸந்த் ரம்மியில் பாயிண்டுக்கு பத்து ரூபாய், மிடில் கவுண்ட் ஐநூறு, ஃபுல் கவுண்ட் ஆயிரம் என்று ஆடிக்கொண்டிருந்தவன் சற்று தூரத்தில் ஒரு பெண் அவனையே உற்றுப் பார்த்துக்கொண்டிருப்பதை உணர்ந்தான்.

ஒன் மினிட் என்று சீட்டு மேடையை விட்டு விலகி அவளிடம் நேராகச் சென்று, 'ஹலோ, ஐயம் வஸந்த்.'

'ஹலோ!' என்று அவன் நீட்டின கையை மறுத்தாள்.

'ரொம்ப நேரம் என்னையே வச்ச கண் வாங்காம பார்த்துக்கிட்டு இருந்தீங்க. அதான் என்ன விஷயம்னு விசாரிக்கலாம்னுட்டு...'

'மை நேம் இஸ் ரஞ்சனி ஷர்மா!'

'ரஞ்சனி ஷர்மா. இருங்க. கேட்ட பேரா இருக்கு. மனசுக்குள்ள சின்னதா ஒரு மணி அடிக்குது ரஞ்சனி... ரஞ்சனி...' கையைச் சொடக்கி 'காட் இட்! நீங்கதான் மகேந்திரன் ஐ.ஏ.எஸ்.ஸை மறுமணக்கப் போறவங்க!'

'ஆமாம். எப்படித் தெரியும்?'

'இட்சிணி வேலை எனக்கு சின்னப் பிள்ளைலேர்ந்தே பழக்கம். சொல்லுங்க, என்ன விஷயமா என்னைப் பாத்துக்கிட்டிருக்கீங்க. அவ்வளவு கவர்ச்சிகரமாவா இருக்கேன்?'

'வஸந்த். ஐம் இன் ட்ரபிள்' என்றாள். கரும்பச்சை நிறத்தில் ஷிஃபான் ஜார்ஜெட் அவள் தோளிலிருந்து நழுவத் தயாராக இருந்தது. சின்ன மார்பகங்களின் பிரிவில் சன்னமான தங்கச் சங்கிலி தன் டாலரை இழந்திருந்தது.'

'ட்ரபிள் இஸ் மை செகண்ட் நேம். சொல்லுங்க!'

'இந்தக் கல்யாணத்துக்கு ஏன்தான் சம்மதிச்சோம்னு கவலையா இருக்கு.'

'ஏன்?'

'மகேந்திரன்மேல நீங்க கேஸ் போடப் போறீங்களாமே! கேள்விப் பட்டேன்.'

'ஆமாம். முதல் மனைவியைக் கொன்னதாக?'

'கொன்னாரா?'

'சரியாச் சொல்ல முடியலை?'

அவள் உதடுகள் சின்னச் சின்னப் பவழம்போல இருந்தன. இருக்கிற அழகை நேர்த்தியான அலங்காரத்தால் மிகைப்படுத்தி யிருந்தாள். விரல்களிலும் உடலின் பளபளப்பிலும் படு கவனம் தெரிந்தது.

'உங்களைப் பார்த்தா பாரத் சர்க்கார் ஆபீஸ்ல வேலை செய்யற ஜாதியாத் தெரியலை. விமல் விளம்பரத்தை கால் மணிக்கு முன்னாலதான் முடிச்சாப்பல இருக்கீங்க!'

'ஆபீஸ்ல வேற மாதிரி ட்ரஸ்!'

'பாருங்க மிஸ். ரஞ்சனி... மிஸ்ஸா மிஸஸ்ஸா?'

'மிஸ்தான்.'

'பாருங்க. சுற்றுப்புற சாட்சிகளைப் பார்த்தா நாராயணி இறந்த விதம் ஒரு விபத்து இல்லைன்னு நினைக்க வெக்கறது.'

'அப்படியா?' என்று குரல் நடுங்கக் கேட்டாள்.

'உங்களுக்கு எப்படித் தோணுது?'

'நாராயணி மனசு சரியில்லாத கொஞ்ச எர்ராட்டிக்கான பெண். கண்ட வேளையில வருவாங்க. கண்ட சினேகிதம் வெச்சிருந் தாங்க! இப்படியெல்லாம் சொன்னார். எவ்வளவு தூரம் உண்மைனு சொல்ல முடியலை. அவரைப் பார்த்தா பரிதாபமாத் தான் இருந்தது. ஹி இஸ் எ லோன்லி மேன்.'

'நாராயணி எழுதின கடிதங்களைக் காட்டினார் பெரியவர். அதில ப்ரேம்னு யாருக்கோ எழுதியிருந்தாங்க!'

'ப்ரேம்ங்கறது ஆண்பிள்ளை பேராவும் இருக்கலாம். பெண் பிள்ளையாவும் இருக்கலாம்.'

'அந்தக் கடிதங்களை எங்கிட்டயும் காட்டியிருக்கார்.'

'அப்படியா?'

‘உண்மையான கடிதங்கள்தான்னு தோணுது.’

‘சொல்ல முடியாது.’

‘ஏன்?’

சதாசிவம் அதாவது நாராயணியின் அப்பாகிட்ட அந்தப் பெண் எழுதின கடிதங்கள் இருக்கு. அதையும் நான் பார்த்திருக்கேன்.’

‘அதில் என்ன எழுதியிருந்தது?’

‘என்ன எழுதியிருந்தது என்பதைவிட எப்படி இருந்தது என்பது தான் முக்கியம். ரஞ்சனி ஷர்மா... இந்த கேஸ்ல எந்தக் கட்சி பொய் சொல்றாங்கன்னு தீவிரமாத் தெரியலை. ஒரே நாராயணி எழுதினதாச் சொன்ன இரண்டு கட்சி கடிதங்களிலேயும் கையெ ழுத்து கூர்ந்து பார்த்தாக் கொஞ்சம் வித்தியாசமா இருக்குது. இதில நிஜ நாராயணி யார்?’

அவள் முகத்தில் கலவரம் மிகுந்து, ‘வஸந்த், நான் இப்ப என்ன பண்றது?’

‘ஒண்ணு செய்யுங்க. என் ரூமுக்கு வாங்க. உங்க கையெழுத் தையும் கொஞ்சம் பார்க்கலாம்’ என்றான்.

# 6

வஸந்த் ரஞ்சனி ஷர்மாவை முழுசாப் பார்த்து, 'என்ன சொல்றீங்க? ஒரு மாதிரி திருதிருன்னு முழிக் கிறீங்க?'

'வஸந்த், எனக்கு ரொம்பக் குழப்பமாவே இருக்குது.'

'எதப் பத்தி?'

'கல்யாணத்தைப் பத்தித்தான்.'

'கல்யாணத்தைப் பத்தி என்ன குழப்பம்? எத்த னையோ எலிஜிபிள் பாச்சலர்ஸ் இருக்கறப்ப இவரைப் போய் எதுக்கு இரண்டாம் கல்யாணமா?'

'அதானே!'

'உங்க தீர்மானத்தை ஒத்திப்போடறீங்களா?'

'கார்டு அடிச்சாச்சு.'

'மற்றொரு கார்டு அடிச்சு போஸ்ட்போன் பண்ணிர லாம். பயப்படாதீங்க. பணம் வாங்கியிருக்கீங்களா?'

'யார்கிட்ட?'

'அதான் மிஸ்டர் மகேந்திரன் ஐ.ஏ.எஸ்.கிட்ட...'

'சேச்சே, ரெண்டு பேரும் ஒருத்தரை ஒருத்தர் விரும் பித்தான்.'

'நீங்க கீட்ஸ் படிப்பீங்களா?'

அவள் வியப்புடன் நிமிர்ந்து, 'எதுக்கு திடீர்னு சப்ஜெக்ட் மாத்தறீங்க?'

'இல்லை. உங்களைப் பார்த்தா கீட்ஸ் படிக்கிற ஆசாமி மாதிரி தோணுது.'

'வஸந்த், அவர் ரொம்ப நல்லவர். தொந்தரவு கொடுக்காதீங்க. அவர் மனைவி இறந்தது ஒரு விபத்துதான்.'

'சரி.'

'கேஸ் போடப் போறீங்கள்ளே?'

'மறுபடி மறுபடி கேக்கிறீங்களே! கேஸ் போடறதுன்னு நாங்க இன்னும் தீர்மானிக்கலை, போதுமா?'

'எப்ப தீர்மானிப்பீங்க?'

'கல்யாணம் எப்ப?'

'அடுத்த மாதம் பத்தாம் தேதி.'

'அதுக்குள்ள தீர்ந்துடும். ரெண்டாம் கல்யாணம் பண்ணிக்கிறதில் உள்ள சிக்கல்களை யோசித்துப் பார்த்தீங்களா?'

'ரெண்டு பேருக்குமே ரெண்டாம் கல்யாணம் வஸந்த் இது.'

வஸந்த் திடுக்கிட்டு, 'ஆ, அப்படியா? ஆளை விடுங்க' என்றான்.

'ராத்திரி பத்தரை மணிக்கு உங்களையும் கணேஷையும் வந்து சந்திக்க விருப்பம்!'

'தாராளமா! அதும் ராத்திரின்னா ரொம்ப உசிதம்' என்றான்.

இரவு கணேஷ் வஸந்திடம், 'ஏய், காண்ட்ராக்ட் ஆக்ட்டில இண்டரஸ்ட் பேமெண்டை பெனால்ட்டிக்கு எடுத்துக்கறதுக்கு ஒரு செக்ஷன் உண்டே, அதை எடு.'

'செக்ஷன் எழுபத்து நாலு பாஸ். காண்ட்ராக்ட் ஆக்ட்டையே முழுங்கியிருக்கேன். சீனிச்சாமி கேஸ்தானே?'

‘என்ன சொல்லுது?’

‘ஸ்டிப்புலேஷன் ஃபார் இன்க்ரீஸ்டு இண்ட்ரஸ்ட். ஆமாம். இந்த ப்ரதிமா கேஸ்ல என்ன தீர்மானிச்சீங்க?’

‘மகேந்திரன்மேல கேஸ் போடவேண்டியதுதான்.’

வஸந்த் ஆச்சரியத்துடன், ‘என்ன பாஸ் திடீர்னு.’

‘தீர்மானிச்சாச்சு. அந்தக் கடிதங்களை கோவிந்தராஜன் நம்ம கிட்ட காட்டினார் இல்லை?’

‘ஆமா.’

‘அத்தனையும் ஃபேக்.’

‘எப்படிச் சொல்றீங்க?’

‘கையெழுத்து எக்ஸ்பர்ட்கிட்ட காட்டிட்டேன். அவர் சொல்படி இரண்டு கையெழுத்தும் ஒண்ணுபோல இருந்தாலும் வேற வேற ஆள்னு ஸைண்டிஃபிக்காக் காட்டிட்டாரு ஃபாரன்ஸிக் லாப்ல இருக்கற நம்ம பரமேஸ்வரன்.’

‘அதாவது, சதாசிவம் கோஷ்டி காட்டின கையெழுத்தும் நம்ம கோவிந்தராஜன் காட்டின லெட்டரும் வேற வேற கையெழுத்து, அப்படித்தானே சொல்றீங்க?’

‘ஆமாம்.’

‘யார் பொய் சொல்றான்னு எப்படித் தீர்மானிக்க முடியும்?’

‘போட்டுக் குழப்பாதே.’

‘பாஸ்! ம்ஹூம் போதாது! ரெண்டு கடிதங்களும் வேற ஆள் எழுதியதுன்னு சொன்னா, எது நாராயணின்னு எப்படித் தீர்க்க முடியும், சொல்லுங்க?’

‘என்ன சொல்ற நீ?’

‘அவசரப்பட வேண்டாம்!’

‘ரஞ்சனியைப் பாத்த இல்லை.’

‘நிறையவே பார்த்தேன்.’

'வாட் டு யூ ஃபீல்?'

'கார்ஜியஸ்.'

'உடம்பைப் பத்திக் கேக்கலை.'

'ஏதோ ஒரு பதற்றத்தில இருக்கலாம்னு தோணுது. ஏதோ ஒரு தயக்கம். அவகூட ரெண்டாம் கல்யாணமாம்.'

'உதைக்குது' என கணேஷ் சிந்தித்தான்.

'கேஸ் துப்புரவா இருக்கு பாஸ்! காஸ்ட் அயர்ன் அலிபி. சம்பவம் நடந்தபோது சார் வீட்டில இல்லை. ஆபீஸ்ல இருந்திருக்கார்.'

'அப்படி சாட்சி சொன்னது யாரு?'

'யாரு?'

'ரஞ்சனி ஷர்மா. அதும் உதைக்குது. ஒரு காரியம் பண்ணு. அந்த அம்மாவை நோண்டிப் பாரேன். எதுக்கும் வர திங்கள்கிழமை வரைக்கும்தான் இந்த கேஸைக் கவனிக்கப் போறோம். அதுக் கப்புறம் ரெண்டில ஒண்ணு தீர்மானிச்சாகணும்.'

'பார்க்கலாம், இன்னைக்கு ராத்திரியே சந்திக்க முயற்சி பண்ணப் போறேன்.'

'சரி!'

'ராத்திரி அவ வரதாச் சொல்லியிருக்கா.'

'எத்தனை மணிக்கு?'

'பத்து, பத்தரை. அப்பத்தான் எனக்கு மூளை சுறுசுறுப்பா வேலை செய்யும்.'

'உனக்கு ஒரு பெக் ரம் அடிச்சா எப்ப வேணா சுறுசுறுப்பாயிடுவே.'

'பழக்கத்தை விட்டுட்டேன் பாஸ். தேசிய விடுமுறை நாட்களில் ரம் குடிக்கிறதில்லை. காந்தி கோவிச்சுப்பார்.'

கணேஷ் அவனை முறைத்துப் பார்த்து, 'காந்தி யாருன்னு தெரியுமாடா உனக்கு?'

'1869-ல் போர்பந்தரில் பிறந்த மகாத்மா...' என்று ஆரம்பித்தவனைத் தடுத்து நிறுத்தி, 'அவ இங்க வர்றப்ப நீ சமத்தா இருக்கணும். தெரியுமா?' என்றான்.

கணேஷ் டெலிபோனைச் சுழற்ற, வஸந்த் அங்கிருந்தே 'இப்ப எதுக்கு மகேந்திரனுக்கு போன்?' என்றான்.

'சில நேரத்தில் என்னைக்கூட ஆச்சரியத்திலே ஆழ்த்தறடா நீ. எப்படித் தெரியும் உனக்கு, நான் மகேந்திரனுக்குத்தான் போன் பண்றேன்னு?'

'அவர் போன் நம்பர் இரண்டுல ஆரம்பிக்கிறது. உங்க முதல் 'கிர்ரக்' ரெண்டும் சுருக்கமா இருந்தது.'

'மகேந்திரன் இருக்காரா?'

'யார் பேசறது?'

'நான்தான் கணேஷ்.'

'கணேஷ், நான் கோவிந்தராஜன். மகேந்திரன் இல்லையே. இன்னைக்கு ப்ளேன் ஏறி டில்லிக்குப் போயிருக்கான். ஈவினிங் ப்ளைட்டில. ரெண்டு நாள்ல வருவான். ஏதாவது சொல்லணுமா?'

'இல்லை. அவர் வந்ததும் நான் போன் பண்ணதாச் சொல்லுங்க. எப்ப போனார்?'

'புறப்பட்டு ஒரு மணி ஆயிருக்கும். அர்ஜண்டா ஏதாவதா?'

'அர்ஜண்டா ஏதும் இல்லை. வணக்கம், வெச்சுரவா?'

போனை வைத்து, 'டில்லி போயிருக்காராம்.'

'நல்லதாப் போச்சு. தாத்தாவை அணுகி கொஞ்சம் 'தேர்டு டிகிரி' பண்ணிப் பார்க்கலாமா?'

'வேண்டாம். முதல்ல இந்தக் கையெழுத்து சமாசாரத்தைப் பாக்கணும். சீனிச்சாமி கேஸ்ல ரெண்டு பேருமே பொய் சொல்றாங்கடா' என்று விஷயத்தை மாற்றினான்.

'குறைவாப் பொய் சொல்றது நம்மக் கட்சிக்காரர்தான். டாக்ஸைக் குறைச்சுக் கட்டியிருக்கான். கணக்கில் நஷ்டம் காட்டியிருக்கான். எதிராளியானா கஜப்புளுகன் பாஸ்.'

கணேஷ் மற்றொரு கேஸில் ஆழமாக ஈடுபட்டுவிட, மணி பதினொன்று ஆனபோதுதான் வஸந்த் ஞாபகப்படுத்தினான். 'பாஸ், ரஞ்சனி வர்றதாச் சொன்னாங்களே?'

'நாளைக்கு வர்றாளோ என்னவோ! வஸந்த் செகோனால் கொஞ்சம் எடு.'

'நோ, கிடையாது.'

'தூக்கம் வரலைடா.'

'உங்க பீப்பி எகிறுது!' அப்போது தொலைபேசி மணி அடிக்க, 'வஸந்த் இருக்காரா?' என்றது குரல்.

'வஸந்த்தான் சாட்சாத், பேசறேன்.'

'ரஞ்சனி பேசறேன் வஸந்த். இந்த மகேந்திரன் சார் விவகாரத்தில் ஒரு புதுசான திருப்பம்.'

'என்ன?'

'போன்ல சொல்லவேண்டாம்னு பார்க்கறேன். என்னால வர முடியலை. டாக்சி கெடைக்கலை. நீங்க வர முடியுமா?'

'எங்க இருக்கீங்க?'

'ராயப்பேட்டையில டீச்சர்ஸ் காலனி.'

'வந்தா ஒரு கப் ஓவல்டின் தருவீங்களா?'

'விஷயம் கொஞ்சம் விபரீதமாப் போய்க்கிட்டு இருக்கு. உடனே வந்தீங்கன்னா...'

'வரேன்! பாஸ், காரை எடுத்துட்டுப் போகவா?'

'என்னவாம்?'

'திருப்பமாம்.'

'சரி, போய்ட்டு வா. ரூம் சாவியை எடுத்துட்டுப் போ.'

'செக்கோனாலை முழுங்காம இருங்க. வந்துருவேன். பம்பரம் மாதிரி தூங்கறாப்பல ரெண்டு பாட்டு போடறேன் காஸட்டில..'

'போய்ட்டு வாடா.'

வஸந்த் காரை எடுத்துக்கொண்டு மவுண்ட் ரோடு மார்க்கமாக வெலிங்டன் தாண்டி, ராயப்பேட்டை ஆஸ்பத்திரி கடந்து ஹை ரோடில் செல்லும்போது மணி பதினொன்றரை.

சினிமா பார்த்தவர்கள் டப்பா கட்டு கட்டிக்கொண்டு விரைவாக நடந்துகொண்டிருக்க, தார் சாலையில் அரை டிராயர் தேர்தல் சின்னம் எழுதிக்கொண்டிருந்தான். இருபத்தைந்தாம் நாள் போஸ்டரை வற்றல் பசு ஒன்று உரித்துச் சாப்பிட்டுக் கொண்டி ருந்தது. சைக்கிள் ரிக்ஷாகாரர்கள் தூங்கிக்கொண்டிருந்த சிலைக் கருகில் பாலாஜி நகரைத் தாண்டி அருகருகே இருந்த மூன்று மஞ்சள் வீடுகளில் அவள் கொடுத்த முப்பத்தாறாம் நம்பர் வீடு மூன்றாவதாக இருந்தது.

வஸந்த் வாசல் கதவைத் தட்டினான்.

'யாரு?'

'ரஞ்சனி ஷர்மான்னு...'

'மாடி' என்றது பெண் குரல்.

'நாய் இருக்கா?'

'இல்லை.'

'உங்க பேரு?'

'பத்மா. அஸ்பண்டு பேரு ராமநாதன்.'

'வாழ்க' என்று வஸந்த் மாடிப் பக்கம் மெல்லப் படியேறி, ரஞ்சனியின் கதவை அணுகி பொத்தானை அழுத்த அது உள்ளே மொழிந்தது.

பதில் இல்லை. கதவைத் தொடப்போய் அது தானாகவே திறந்து கொண்டது. வஸந்த் ரத்தத்தை கவனித்தான்.

# 7

வஸந்த் கணேஷுடன், பதினெட்டு வருஷ சர்வீஸில் பலமுறை ரத்தத்தைப் பார்த்திருக்கிறான். கதவோரங்களிலும், கடலோரங்களிலும் உறைந் திட்ட செந்திட்டுகள் அவனுக்கு சகஜம். அதனால் அப்போது அவன் அதிக அதிர்ச்சி அடையவில்லை. 'என்னடாது கேஸ் சாதாரண டௌரி டெத்துன்னு நெனைச்சேன். வேற மாதிரி திரும்புதே...'

கதவை முழுவதும் திறந்தவன் உடனே ரஞ்சனி ஷர்மா வைப் பார்த்தான். சந்தேகமற அடிபட்டு ஒரு அபத்த மான கோணத்தில் கிடந்தாள். கதவின் அருகில் மிதி யடியில் தலை; அங்கிருந்து வடமேற்காகக் கால் அருகே ஒரு எவர்சில்வர் கிண்ணமும் அவளுடைய கைப்பையும், At the Edge of the Body புத்தகமும் கிடந்தது. மின்விசிறி ஓடிக்கொண்டிருந்தது.

ரஞ்சனி ஷர்மாவுக்குப் பின் மண்டையில் எங்கா வது, பிளந்திருக்கவேண்டும். படுத்திருந்த வாக்கில் தலைமயிர், கரு ரத்தத்தில் நனைந்திருந்தது; உறையத் தொடங்கியிருந்தது. வஸந்த், 'ரஞ்சனி, ரஞ்சனி' என்று கூப்பிட்டுப் பார்த்தான். என்னடாது, ஆள் காலியா? குனிந்து மூக்கருகில் விரல் வைத்துப் பார்த்தான். லேசாக மூச்சுள்ளதே? மார்பை அழுத் திப் பார்த்தான். காதை வைத்துப் பார்த்தான். இதயம் எங்கோ ஒரு மைல் தொலைவில் கேட்டது.

வஸந்த் சுற்றிலும் பார்த்தான். அறையில் டெலிபோன் இல்லை. இருந்தாலும் உபயோகப்படுத்துவது நல்லதல்ல. கீழ் வீட்டு ஜன்னலுக்குள் கேபிள் நுழைவதைக் கவனித்து அங்கே போய் கதவைத் தட்ட,

டெலிவிஷனில் சந்தியா படித்துக்கொண்டிருக்க அதையும் மீறி மிக்ஸியின் விர்ர் சப்தம் கேட்டது. வஸந்த் மணிப் பொத்தானை அழுத்தி, பின் குறிப்பாக பின் கையால் கதவைத் தட்டிப் பார்த்தான்.

அந்த பத்மாதான் திறந்தாள்.

'என்ன அதுக்குள்ள?' என்று ஆரம்பித்தவள் வஸந்தைப் பார்த்ததும் நிறுத்தி, 'மறுபடி நீங்களா!' என்றாள் நெற்றியைச் சுருக்கிக் கொண்டு.

'என் பேர் வஸந்த். மாடி வீட்டுக்கு வந்தேன். ஸாரி ஃபார் திட்ரபிள். அடைக்கோ வடைக்கோ அரைக்கறீங்க போல இருக்கு. கொஞ்சம் போன் பண்ணிக்கலாமா?'

'என்ன விஷயம்?'

'மாடில ரஞ்சனி ஷர்மான்னு...'

'தெரியும்.'

'அவங்களுக்கு ஒரு விபத்து. இன்ஃபாக்ட் உயிருக்கு ஆபத்து.'

'அய்யோ! வாங்க உள்ள, என்ன ஆச்சு?'

'போன் பண்ணிட்டுச் சொல்றேன். இந்த டிவியைக் கொஞ்சம் நிறுத்தினா நல்லது! இந்தி புரியாது எனக்கு.'

வஸந்த் கணேஷுக்குத்தான் முதலில் போன் செய்தான். 'பாஸ் வஸந்த்... விஷயம் தீவிரமாப் போச்சு. ரஞ்சனி ஷர்மா அடி பட்டுக் கிடக்காங்க!'

'கணேஷ். 'ஓ மை காட்! போய்ட்டாளா?'

'போயிண்டிருக்கா.'

'ஆம்புலன்ஸுக்குச் சொல்லிட்டியா?'

'இல்லை.'

‘எனக்கு எதுக்கு போன் பண்ற முதல்ல?’

‘குழப்பம். படு சிக்கல். மூளை வேலை செய்யலை!’

‘நீ மாட்டிக்கலயே!’

‘இல்லை.’

‘உடனே ஆஸ்பத்திரிக்கு போன் பண்ணி, இல்லை. அங்க யாராவது கார் வெச்சிருந்தா... ஏய் நீ கார்லதான் போயிருக்கே? அதை எடுத்துட்டு போலீஸ் வந்த உடனே ராயப்பேட்டா ஹாஸ்பிட்டல் காஷுவாலிட்டிக்குப் போ. நான் முதல்ல போலீஸுக்கு போன் பண்ணிட்டு வர்றேன்...’

‘மகேந்திரன் டில்லி போயிருக்கறதாச் சொன்னார் அவர் அப்பா...’

‘சரி நீ காரியத்தைப் பாரு. ஸேவ் ஹர்!’

‘முயற்சி பண்றேன்...’

அவன் போனை வைத்ததும் பத்மாவைப் பார்த்தான். ரஞ்சனி வயதுதான் இருக்கும் எனத் தோன்றியது. இல்லற வாழ்வின் இரண்டு மூன்று வருஷத் தளர்ச்சி உடம்பில் தெரிந்தது. நிச்சயம் ஒரு பிள்ளை பெற்றிருக்கவேண்டும்.

உள்ளே குழந்தை அழுதது.

‘நினைச்சேன்! மேடம் நீங்கள் கொஞ்சம் வர முடிஞ்சா... ஹெல்ப் பண்ண முடிஞ்சா நல்லது.’

‘போலீஸ் கேஸா?’

‘ஆமாம்!’

‘எதுக்கும் என் அஸ்பண்டு கிட்ட ஒரு வார்த்தை...’

‘அவர் எங்க இருக்கார் இப்ப?’

‘ஆபீஸ்லருந்து வரலை இன்னும். எப்படியும் நீங்க போலீஸுக்குக் காத்திருக்கத்தானே வேணும்!’

‘அதான் பார்க்கறேன். காத்திருந்தா இவங்களுக்கு உடனே உதவி கிடைக்காது. உயிர் போய்டுத்துன்னா எனக்குத் தூக்கம் வராது...

ஒண்ணு செய்யறேன். நான் ரிஸ்க் எடுத்துக்கிறேன். ஆஸ்பத்திரிக்கு கூட்டிட்டுப் போயிரலாம். போலீஸ் வர்றவரைக்கும் வெய்ட் பண்ணலை.'

'நானும் வரட்டுமா? ரஞ்சனியை பார்க்கலாமா?'

'வாங்க... குழந்தை அழுது.'

'குட்டி இருக்கா!'

'அப்ப எதுக்குப் பேசிக்கிட்டு! வாங்க, வாங்க.' வஸந்த் அந்தப் பெண்ணுடன் மீண்டும் ரஞ்சனியின் அறைக்குள் சென்றபோது, 'உங்க பேர் பத்மாதானே?'

'ஆமாம்.'

'பத்மா ரத்னம்னு ஒருத்தரை எனக்குத் தெரியும்... வாங்க வாங்க இதுதான் பாடி!'

பத்மா குனிந்து, 'ரஞ்சி! ரஞ்சி!' என விளித்தாள்.

'தொடலாமா?'

'தொடுங்க, பரவாயில்லை.'

'மூச்சு இருக்காப்பல இருக்கே...'

'அப்படித்தான் எனக்கும் தோணுது. தூக்கலாமான்னா தயக்கமா இருக்குது. உங்களைப் பார்த்தா ஒண்டியாளாத் தூக்கக் கூடியவராத் தெரியலை.'

'என்ன செய்ய? ரஞ்சி! ரஞ்சி!' ரத்தம் இருக்கு பின்னால!' வஸந்த் தீர்மானித்து அவளை புஜங்களுக்குக்கீழ் கை கொடுத்துத் தூக்கினான். முதுகுப் பக்கம் கருஞ்சிவப்பாக நனைத்திருந்தது.

'ச்ச்ச்! நிறைய ரத்த சேதம்!'

'ஆனா மூச்சு இருக்கு.'

பத்மாவும் வஸந்தும் கைத்தாங்கலாக ரஞ்சனி ஷர்மாவை சுமந்து கொண்டு, அவன் காரில் பின் சீட்டில் உட்கார வைக்க அவள் அப்படியே சரிந்தாள்.

'நீங்க வந்துதான் ஆகணும். யாராவது புடிச்சிக்கிட்டாத்தான் கார் ஓட்ட முடியும் என்னால.'

பத்மா தயங்க, 'அஸ்பண்டு வந்துட்டாப் பரவாயில்லை. குழந்தை தனியா இருக்கு.'

அவர்கள் பிரச்னைக்குத் தீர்வு போல அப்போது ஒரு போலீஸ் ஜீப் வந்து நின்றது.

'மெதுவா... நாங்கள் வந்துட்டோம்' என்று இன்ஸ்பெக்டர் ஜீப் நிற்பதற்கு முன் இறங்கினார்.

'குட் இவினிங், எம் பேர் வஸந்த்.'

'தெரியும். கணேஷ் போன் பண்ணிச் சொன்னார். பாடியை ஏன் நகத்தினீங்க?'

'இது இன்னும் பாடி ஆகலை. அதனால.'

'மூச்சு இருக்கா?' ரஞ்சனியின் தலையை அசைத்து காயம் பார்த்தார்.

'ஆமாம். நூல் இழையா இருக்கு.'

'எதுக்கு டிஸ்டர்ப் பண்ணிங்க. எவிடன்ஸ் கலைஞ்சுருக்குமில்லை.'

'உயிரைக் காப்பாத்தறதுக்கு. நீங்க வந்து காகிதங்களையெல்லாம் நிரப்பறதுக்குள்ள அம்மா பாதி தூரம் போயிருவாங்க.'

'எங்க?'

'பரலோகம்.'

இன்ஸ்பெக்டர், 'ஏங்க நடு ராத்திரில ஜோக் அடிச்சுக்கிட்டு' என்றார்.

வஸந்த், 'பாடியைப்பத்தி நான் ஸ்டேட்மெண்ட் கெடுக்கறேன். லெட்ஸ் கோ' என்றான்.

ராயப்பேட்டை ஆஸ்பத்திரியில் நர்ஸைப் பார்த்து. 'நல்ல வேளை நீங்க ட்யூட்டியில இருக்கீங்க, பிழைச்சுருவாங்க'

'வாட்ஸ் த மாட்டர்.'

'ட்யூட்டி டாக்டரைக் கூப்பிடுங்க. அவர் எங்க?'

'பேஷண்ட் பார்க்கப் போயிருக்கு.'

'எல்லாரையும் சீக்கிரம் கூப்பிடுங்க.'

ஒரு பெண் டாக்டர் வந்து, ரஞ்சனியின் கண் ரப்பையைப் பிரித்து டார்ச் அடித்துப் பார்த்தாள் 'ஷி இஸ் இன் எ கோமா. இது எப்படி நடந்தது?'

'ஹெட் இன்ஜுரி.'

எழுப்பப்பட்ட சிங்கம்போல ஆஸ்பத்திரி செயல்பட்டது. ஆபரேஷன் தியேட்டர், ஐஸியு, எமர்ஜன்ஸி, ஸர்ஜிக்கல் வார்டு, என்று பலதும் பேசிக்கொண்டிருக்க, ரஞ்சனி ஷர்மா வஸந்தின் பார்வையிலிருந்து விலகி ஸ்ட்ரெச்சரில் வெள்ளைத் திரைக்குப் பின் மறைந்தாள்.

வஸந்த் 'அப்பாடா' என்று கான்ஸ்டபிளிடமிருந்து ஒரு சிகரெட் வாங்கிப் பற்றவைத்துக்கொள்ள கணேஷும் வந்தான்.

'வாட் ஹாப்பண்ட்?' என்றான்.

'அதைத்தான் வஸந்த்கிட்டே கேட்டுக்கிட்டிருக்கேன். இந்த அம்மாவை எதுக்குப் பார்க்க வந்தீங்க?' என்றார் இன்ஸ்பெக்டர்.

'ஒரு கேஸ் விஷயமா?'

'என்ன கேஸ்?'

'இவங்க கட்டிக்கப் போற ஐ.ஏ.எஸ். ஆபீசர் பேர்ல நாங்க கேஸ் போடப் போறோம்.'

'மூத்த சம்சாரத்தைத் தீ வெச்சதா.'

'டவ்ரி டெத்தா?'

'டெத்து. அவ்வளவுதான் தெரியும்.'

'அதாவது இந்தம்மா புருஷன் இவங்களைத் தீ வெச்சு...'

'நாசமாப் போச்சு. இவங்களுக்குப் புருஷன் இல்லை. இன்னமும் கல்யாணம் ஆகலை.'

‘இரண்டாவது கல்யாணம்.’

இன்ஸ்பெக்டர் வஸந்தைப் பார்த்து நெற்றியைக் கைக்குட்டை யால் துடைத்துக்கொண்டு, ‘ஏங்க போட்டு குழப்பறீங்க ரா வேளையில.’

‘கேஸே அப்படிங்க. முழுக்க விவரிச்சா விடிஞ்சுரும்.’

‘யு ஸஸ்பெக்ட் ஃபவுல் ப்ளே?’

‘அஃப்கோர்ஸ்’ என்றான் கணேஷ்.’

பெண் டாக்டர் வெளியே வந்து, ‘இது போலீஸ் கேஸா?’

‘ஆமாம்’ என்றார் இன்ஸ்பெக்டர்.

‘ரொம்ப ரத்த சேதம். மண்டையில ஸ்கல் ப்ராக்சர் ஆயிருக்கு. எப்படி ஏற்பட்டது? சாலை விபத்தா?’

‘இல்லை டாக்டர்.’

‘இன்ஸ்பெக்டர் சார் பேப்பர்ஸ் ஏதும் சிக்கல் இல்லையே? எடுத்துக்கலாம் இல்லை?’

‘நீங்க உங்க காரியத்தைப் பாருங்க. நாங்க பேப்பர்ஸ் எல்லாம் பாத்துக்கறம். ‘பொழைப்பாங்களா?’ என்றான் வஸந்த்.

‘சான்ஸ் இருக்கு.’

‘ஏதாவது பேசினா நோட் பண்ணி வெச்சுக்குங்க.’

‘அதெல்லாம் முடியாது.’

கணேஷ் ஆஸ்பத்திரிக்கு வெளியே வந்து, இருவரும் ராயப் பேட்டா ஹைரோடு பக்கம் நடந்தார்கள். இரவு பகல் என்று பாராமல் சதா திறந்திருக்கும் டீக்கடையில் மசாலா டீ சாப்பிட் டார்கள். இன்ஸ்பெக்டர் நடந்தே அருகாமையிலிருந்த போலீஸ் நிலையத்துக்குச் சென்றார்.

‘கணேஷ், இந்தக் கேஸ் ரொம்ப இன்ட்ரீகிங்கா இருக்கு.’

‘‘ஏதோ புதிய திருப்பம். வந்தா சொல்றேன்’னு போன் பண்ணினா ரஞ்சனி. அதுக்குள்ள அவளை யாரோ...’

'கீழ் வீட்டில யாரு?'

'நம்ம பத்மா. கணவன், மனைவி, குழந்தை.'

'அவங்களுக்கு ஏதாவது சத்தம் கேட்டுதாமா?'

'விசாரிக்க டயம் இல்லை.'

கணேஷ் யோசித்து, 'இன்ஸ்பெக்டர்ட்ட சொல்லிட்டு இப்பவே திரும்பிப் போகலாம்' என, 'அவரையும் வேணும்னா அழைச் சுட்டு போகலாம்' என்றான் வஸந்த்.

இருவரும் ரஞ்சனியின் வீட்டு மாடியை அணுகும்போது நிசப்தமாக இருந்தது. குப்பைத் தொட்டி அருகில் படுத்திருந்த நாய் அவர்களைக் குரைத்தபோது வஸந்த் ஒரு கல்லை எடுக்க முற்பட்டபோது குப்பைத் தொட்டிக்குள் பாய்ந்து ஒளிந்து கொண்டது.

பேட்டையில் மொத்தம் மூன்று தெரு விளக்குகள் இருந்தன. ஒன்று ஃப்யுஸ், இரண்டாவது கண்ணடித்துக் கொண்டிருந்தது.

வஸந்த், 'பாஸ் சின்னதா ஒண்ணுக்கு, காலையில இருந்து போகவே இல்லை.'

'உம்மாதிரி படிச்சவங்களாம் தெருவில ஒண்ணுக்கடிக்கிறதை நிறுத்தினாத்தாண்டா நம் நாடு உருப்படும்.'

'ஒரு ஜோக்கு உண்டு பாஸ், ஒரு ராஜகுமாரிக்கு சுயம்வரம். அவளால் செய்ய முடியாத காரியத்தைச் செய்து காட்டற ராஜ குமாரனுக்கு மணமாலைன்னா! ஒரு ராஜகுமாரன் கத்தி வீசினான். இவளும் வீசினா. ஹைஜம்ப் பண்றான் இன்னொருத்தன். இவளும் ஜம்ப்பரா! அப்புறம் கடைசில ஒருத்தன் வந்தான்...'

'யார் வந்தான்?' பின்னாலிருந்து குரல் கேட்டது.

கணேஷின் குரல் இல்லை.

# 8

வஸந்த் தன் பின்னால் கேட்ட அன்னியக்குரலில் நின்று,

'இது யார் பாஸ் அசரீரி?'

'தெரியலையே! யாருப்பா?' என்றான் கணேஷ்.

பின்னால் இருந்தவன் முக அடையாளம் இருட்டில் தெரியவில்லை. கண்கள் ஓரம் மட்டும் ஒரு கணம் தெரு விளக்கின் ஒளியில் பளிச்சிட்டது. சிரித்தது வெள்ளைப் பட்டை போலத் தெரிந்தது. அந்தச் சிரிப்பில் ஹாஸ்யமில்லை. வெற்றுச் சிரிப்பு.

'என்னய்யா எங்காளு மேல கேஸ் போடறியாமே?'

'உங்காளு யாருய்யா?'

'தெரியாத மாதிரி கேக்கறல்ல! டே நவாபு, புடிச்சு சைஸ் பார்றா!'

'நவாபு' என்று அழைக்கப்பட்டவன் பக்கவாட்டு இருளிலிருந்து வெளிப்பட்டு வஸந்தின் கழுத்தைப் பிடிக்க பல்லவன் கணேஷைப் பின்புறத்திலிருந்து கத்திரி போட்டு நிறுத்தி மூச்சுத் திணறும்வரை அழுத்தி வெட்டி வெட்டி அவனை உதிர்த்தான்.

வஸந்த் குரல்வளையில் பதித்திருந்த விரல்களை விலக்க விரயமாக பிரயத்தனித்தான். 'லொக்... லொக்... என்னப்பா வே...ணாம்... லொக்... உங்க...லொக்...ளுக்கு...!'

'பீடா போடறியா!'

'அசந்தர்ப்பமாச் சொல்றியே!'

'பீடான்னா வெற்றிலை சுண்ணாம்பு இல்லாம வெறும் வாய்ல சிவப்பு! வேணுமா கண்ணு!'

'வேண்டாம் கண்ணா.'

'அப்ப என்ன செய்யறே?'

'கேஸை வித்ட்ரா வாங்கறேன்.'

'என்ன கணேசு?'

'சரி, ஆளை விடு! வஸந்த்! வலி!'

'...'

வஸந்த் சட்டென்று திரும்பி அவன் இடுப்பில் முழங்காலால் உதைக்க மர்மஸ்தானத்தில் பட்டுவிட்டது!

'இருமு கண்ணா! இருமு. அப்பத்தான் உள்ள போனது வெளியே வரும். லொக் லொக்!'

'-த்தா அடிக்கறயடா!' என்று மற்றவன் கணேஷை புறக்கணித்து இவனிடம் வர, கணேஷ் பின்பக்கத்திலிருந்து ஒரு உதை உதைத்ததில் தடம்புரண்டு வஸந்தின் காலடியில் விழ வஸந்த் பூட்ஸ் காலால் அவன் காதில் மிதித்தான்.

அய்யோ என்று அவன் சுருள, வஸந்த் அவன் மயிரைப் பிடித்துத் தூக்கி, 'கண்ணா, பீடா போடறியா?' என்றான். 'போடு வாத்தியாரே சிவப்பா இருக்கும்' என்று தாடையில் அடித்ததில் பல் கழன்று துப்பினான்.

அப்போது அவர்களருகே ஒரு ஆட்டோ ரிக்ஷா வர, இருவரும் சட்டென்று அதில் ஏறிக்கொள்ள சடுதியில் அது புறப்பட்டு விலகியது.

வஸந்த் கீழே இருந்து கல்லெடுத்து அதன் மேல் எறிந்தது படவில்லை... 'தாளி, பீடாவா குடுப்ப! பாஸ் என்னாச்சு! ரொம்ப அமுக்கிட்டானா?'

'ஆமாம். ரிப்கேஜ் எல்லாம் உடையறா மாதிரி வலிக்குது.'

'உடனே டாக்டர்கிட்ட போகலாம். எனக்குக்கூட நகம் கீறி ரத்தம் வருது.'

'யார் வஸந்த், இவங்க?'

'எல்லாம் மகேந்திரன் ஆசாமிங்க! இவங்கதான் ரஞ்சனி ஷர்மா வையும் தாக்கியிருக்கணும்!'

'எங்கயோ ஆரம்பிச்சு எங்கயோ போவுது கதை! ஒரு மனைவியின் சாவுக்குப் பின்னால பல சிக்கல்கள்...'

கணேஷ் தன் கைக்குட்டையால் வஸந்தின் முகத்தைத் துடைத்து, 'கன்னத்திலயும் கீறியிருக்காங்க!'

'பாஸ் முழங்காலால ஒண்ணு வெச்சேன்! கடலைக் கொட்டை உடையறமாதிரி சப்தம். எதுக்காக மகேந்திரன் நம்மை ஆள் வெச்சு அடிக்கணும்?'

'கேஸ் போடறமுல்லை... அதுக்காக!'

'அவ்வளவு முட்டாளா அவர்? இந்த மாதிரி செய்யறதால நம்ம வைராக்கியம் அதிகமாகும்னு தெரியாதா அவருக்கு?'

இருவரும் மெல்ல நடந்து டாக்டர் குமாரின் டிஸ்பென்ஸரிக்குச் சென்றனர்.

'என்னது, ரத்தக் காயம்? ரெண்டு பேரும் சண்டை போட்டுகிட் டீங்களா?'

'சண்டை போட்டோம். வெளி ஆள் கூட!'

'வக்கீல் உத்தியோகத்தில இது எல்லாம் உண்டா என்ன?'

'கூட்டிக் கொடுக்கறது தவிர பாக்கி எல்லாம் உண்டு!'

'தரையில விழுந்தீங்களா?'

‘ஆமாம்.’

‘எதுக்கும் ஒரு ஏ.டி.எஸ். போட்டுக்கிடுங்க. கணேஷ், உங்களுக்கு மூச்சு முட்டுது? ரிப்ல வலியா?’

‘ஆமாம்.’

‘அடியாளுங்க.’

‘பார்த்துக்கங்க, இந்த மாதிரி கேஸ் எல்லாம் எதுக்கு எடுக்கறீங்க?’

‘உங்க மாதிரி டாக்டர்கள்லாம் பிழைக்க வேண்டாமா. எத்தனை கொடுக்கணும் டாக்டர்?’

‘பணம் வேண்டாம். ஒரு டெனன்ஸி கேஸ் இருக்குது. அதைக் கொஞ்சம் பார்த்து ஒப்பினியன் சொன்னீங்கன்னா?’

‘இப்பவேவா?’

‘நாளைக்கு நீங்களும் பிஸி ஆயிருவிங்க. நானும் பிஸி ஆயிருவேன்.’

அந்த கேஸில் வீட்டுக்காரனுக்கும் அதிகம் உரிமை இல்லை என்பதை விளக்கிவிட்டுத் திரும்பி வருவதற்குள் இரவு வெகு நேரம் ஆகிவிட்டது. வந்து படுக்கையில் படுத்த கணேஷ் சற்று நேரம் மின்விசிறியின் சுழற்சியைப் பார்த்துக்கொண்டிருந்தவன் சட்டென்று, ‘வஸந்த் எழுந்திரு’ என்றான்.

‘என்ன பாஸ்?’

‘ரஞ்சனி ஷர்மாவை ஆஸ்பத்திரியில விட்டுட்டு வந்தது தப்புடா!’

‘ஏன்?’

‘அவ உயிரோட இருக்கறது யாருக்கோ பிடிக்காமத்தான் தாக்கியிருக்காங்க! அவங்க மறுபடி ஆஸ்பத்திரிக்கு வந்து தாக்க மாட்டாங்கன்னு என்ன நிச்சயம்?’

‘அதானே! போன் பண்ணிப் பாத்துரலாம்.’ வஸந்த் நொண்டிக் கொண்டே போன் அருகே சென்று ராயப்பேட்டை ஆஸ்பத்திரிக்குச் சுற்றி எமர்ஜென்ஸி வார்டு கேட்டான்.

'அலோ? அங்க ரஞ்சனி ஷர்மான்னு ஏதாவது படுக்கையில் படுத்திருக்காங்களா?'

'கொஞ்சம் இருங்க!'

சற்று நேரத்தில் 'இல்லீங்க. வயசானவங்கதான் படுத்திருக் காங்க.'

'அப்படியா? ரஞ்சனி ஷர்மான்னு...'

'கொஞ்சம் இருங்க. ரிஜிஸ்தரைப் பார்த்துச் சொல்றேன்... அவங்களை ஸர்ஜிக்கல் வார்டுக்கு அனுப்பியிருக்காங்க. வார்டு பாய் வந்து எடுத்துக்கிட்டுப்போனதா...'

ஸர்ஜிக்கல் வார்டில் இருந்த டெலிபோன் ஐந்து நிமிஷம் ஒலித்தது. யாரோ எடுத்தார்கள். 'யாரும் இல்லீங்களே, எல் லாரும் தியேட்டர்ல இருக்காங்க. மந்திரிக்கு இரண்யா ஆப்ப ரேஷன். எமர்ஜென்ஸி.'

'அங்க ரஞ்சனி ஷர்மான்னு ஒரு பொம்பளை அட்மிட் ஆயி ருக்காங்க. அவங்க எப்படி இருக்காங்கன்னு!'

'இருங்க... என்ன பேர் சொன்னீங்க?'

'ரஞ்சனி ஷர்மா.'

'இருங்க.'

சற்று நேரம் வஸந்த் கணேஷின் முகத்தைப் பார்த்துக்கொண்டு இருந்தான். 'என்னவோ உதைக்குது...'

'என்னடா?'

மறுமுனை 'ஹலோ அப்படி யார் பேரும் ரிஜிஸ்டர்ல இல் லீங்களே!'

'ஆர் யூ ஷ்யுர்? சரியாப் பார்த்துச் சொல்லுங்க.'

'அப்படி யாரும் இல்லீங்க.'

வஸந்த் போனைப் பொத்தி 'ட்ரபிள்' என்றான்.

'போலீஸ் என்ன பண்றாங்க?'

‘ஏங்க, போலீஸ்காரங்க யாரும் இருக்காங்களா?’

‘இல்லீங்களே!’

‘இல்லையாம்.’

வஸந்த் கணேஷ் இருவரும் புதிதாக உயிர் பெற்றவர்கள்போல, சட்டென்று சட்டை மாற்றிக்கொண்டு ஆஸ்பத்திரி நோக்கி விரைந்தனர். காஷுவால்ட்டியில் காகிதங்களை நிரப்பிக் கொண்டிருந்த அந்த போலீஸ்காரரிடம் போய், ‘இன்ஸ்பெக்டர் எங்க?’ என்றான் வஸந்த்.

‘அவர் ஸ்டேஷன் போயிட்டார். ஏன்?’

‘அந்தம்மா ரஞ்சனி ஷர்மா, அவங்களை வார்டில காணோம்.’

‘ஆபரேஷன் செய்யப் போறதாச் சொன்னாங்க. அதான் வெளியே வந்தேன்.’

‘அங்கேயும் இல்லை அவங்க.’

‘உங்களுக்கு எப்படித் தெரியும்?’

‘போன் பண்ணிப் பார்த்தோம்.’

‘நீங்க யாரு?’

‘நண்பர்கள்! வக்கீல்கள்! என்ன சார், அரைமணி முன்னாலதான் உங்ககிட்டருந்து சிகரெட் வாங்கி தம் அடிச்சேன்...’

‘எந்த வார்டில விசாரிச்சீங்க? என்ன காயம் உங்களுக்கு?...

‘காயத்தை அப்புறம் பார்க்கலாம். அந்தம்மாவைக் கோட்டை விட்டாச்சுன்னு நினைக்கிறோம்?’ மூவரும் ஓடினார்கள்.

ஸர்ஜிக்கல் வார்டிலோ, ஐஸியுவிலோ, எமர்ஜன்ஸி வார்டிலோ, ஜெனரல் வார்டிலோ எங்கு தேடிப் பார்த்தாலும் ரஞ்சனி ஷர்மா இல்லை. எமர்ஜன்ஸியிலிருந்து ஸர்ஜிக்கல் வார்டு அழைத்துச் சென்றதற்கு அத்தாட்சி இருந்தது. ஆனால் அந்த வார்டில் அவள் இல்லை. ஆப்பரேஷன் தியேட்டருக்குள்ளும் இல்லை.

‘எப்படி இது? சாத்தியமே இல்லை’ என்றாள் நர்ஸ் மேட்ரன். ஸ்ட்ரெச்சர்ல வச்சுத் தள்ளிக்கிட்டுப் போனாங்க. என் கண்ணால

பார்த்தேன்... வார்டு பாயும்... அந்த ஆளும்... வெயிட் எ மினிட். அந்த வார்டு பாய் புதுசா ஒரு பையன் போல இருந்தான். தொப்பி, வெறும் ஓவர் கோட்டு மட்டும் போட்டுகிட்டு...'

'சரியாப் போச்சு.'

லிப்ட் அருகில் கீழே ஒரு வெள்ளைக் கோட்டும் தொப்பியும் கிடந்ததை அப்போதுதான் ஒரு ஆயா எடுத்து வந்தாள்.

'பாஸ்! போச்சு!' என்றான் வஸந்த்.

'ஐ திங் ஸோ.'

'வாங்க பாஸ் தேடலாம்!'

'எங்கடா தேடறது?'

'ஏங்க, அந்தம்மா ஆப்பரேசன்ல இல்லியா' என்றார் கான்ஸ்டபிள்.

'அந்தம்மாவை அழைச்சுட்டுப் போயிட்டாங்க!'

'யாருங்க?'

'கிங்கரர்கள்!'

'அது யாருங்க, உறவுக்காரங்களா?'

'அய்யா இந்த ஓவர் கோட்டைப் பார்த்திங்கள்ல? இந்தத் தொப்பி என்ன சொல்லுது?' கான்ஸ்டபிளிடம் கீழே கிடந்த உடைகளைக் காட்டினான் வஸந்த்.

'யாரோ ஆஸ்பத்திரி வார்டு பாய் மாதிரி உடை உடுத்திக்கொண்டு அந்தம்மாவைக் கடத்திக்கிட்டுப் போயிட்டாங்க.'

'அபார மூளைங்க! அதாங்க!' லிப்ட்டில் இறங்கி பேஸ்மெண்ட் பகுதிக்கு வந்தார்கள். அங்கே விசாரித்ததில் 'ஒரு வேன் மாதிரி வந்துதுங்க. ஸ்டெச்சர்ல வெச்சு, ஒரு அம்மாவை உள்ள ஏத்திக்கிட்டு...'

'வேன்னா வெள்ளையா, ஆம்புலன்ஸா?'

'இல்லைங்க, மாருதி மாதிரி.'

'நம்பர் கிம்பர் ஏதாவது...'

'என்ன கலர்?'

கணேஷ், 'வஸந்த், வா போகலாம்' என்றான்.

'எங்கே பாஸ்?'

'நம்ம நண்பர் மகேந்திரன் ஐ.ஏ.எஸ்ஸைச் சந்திக்க.'

'அவர்தான் டில்லி போயிருக்காரே!'

'அவர் டில்லி போகலைன்னு எனக்குச் சந்தேகம்!'

# 9

அவர்கள் இருவரும் மகேந்திரனின் வீட்டை அடையும்போது நள்ளிரவு கடந்து விட்டது. கணேஷ் வஸந்திடம், 'லாங் நைட்!' என்றான். 'இன்னம் முடியவே இல்லை பாஸ்! இப்பத்தான் ஆரம்பிக்குது.' மகேந்திரன் வீட்டுக் கதவைத் தட்டியபோது சற்று நேரம் பதிலே இல்லை.

'ஒட்டை வழியாப் பாக்கறாங்க பாஸ், கண்ணைக் குத்தட்டுமா?'

'யாரு?'

'அப்பாவாகத்தான் இருக்க முடியும்!' கதவு ஒருக்களித்து திறந்து, 'என்ன வேணும்?' என்று கேட்டார் கோவிந்தராஜன்.

'மிஸ்டர் மகேந்திரன்!'

'அவன் டில்லிக்குப் போயிருக்கான்னு சொன்னேன் இல்லை?'

'அப்படியா?'

'உங்களுக்கு ஃபோன்ல சொன்னா நம்பிக்கை இல்லையா?'

'அப்படி இல்லை... உள்ள வரலாமா?'

'இந்த அகாலத்திலயா? மணி என்ன ஆறது?'

'ரஞ்சனி ஷர்மா தாக்கப்பட்டா!'

'யாரு?'

'ரஞ்சனி ஷர்மா. உங்க மகன் ரெண்டாவதாக் கல்யாணம் செய்துக்கப்போற பெண்.'

'உயிர் இருக்கா?'

'தெரியவே இல்லை.'

'ஏன்னா, ரஞ்சனி ஷர்மாவைக் காணோம்!'

'ஏம்பா நட்ட நடுராத்திரிலே இப்படி வந்து குழப்பறே!'

'இல்லை மாமா, நீங்கதான் குட்டையை ரொம்ப குழப்பியிருக்கிங்க.'

'என்னவோ எல்லாம் காலைல பார்க்கலாம். எனக்கு தலை சுத்தல்!'

இருவரும் அந்த வீட்டை விட்டுப் புறப்பட்டு காரில் சற்று தூரம் சென்றதும், கணேஷ் காரை நிறுத்தினான்.

'என்ன பாஸ்! மாருதி நிக்காதே!'

'வஸந்த்! நீ என்ன பண்றே, நேராப் போய் அந்த வீட்டில் பின் பக்கமாச் சுவரேறிக் குதி...'

'குதிச்சு? எதையாவது திருடணுமா?'

'வேண்டாம். மகேந்திரன் இருக்கானான்னு பாரு. எனக்கென்னவோ அந்தாளு டில்லிக்குப் போகலைன்னு சந்தேகம்.'

வஸந்த், 'என்னை ஜெயிலுக்கு அனுப்பாம விடப்போறதில்லை நீங்க.'

'நான் போகட்டுமா?'

'வேண்டாம்.'

'போடா, ஜெயில்ல போட்டா பெயில்ல எடுத்துர்றேன்!'

வஸந்த் அந்த இடத்தை விட்டுப் புறப்பட்டு மெள்ள இருளோடு நடந்து, வீட்டின் பின்புறத்தை அடைந்து மாடியில் விளக்கு எரிவதைப் பார்த்து காம்பவுண்டு சுவரில் ஏறி அதிலிருந்து சஜ்ஜாவில் கால் வைத்து கார் ஷெட் மொட்டை மாடி மார்க்கமாக மாடி சன்னலை எய்தி உள்ளே எட்டிப் பார்த்தான்.

மகேந்திரன் சாட்சாத் அங்கே உட்கார்ந்துகொண்டு, வஸந்தின் பார்வையில் இல்லாதவரிடம் 'ரெண்டு பேரும் நிச்சயம் சந்தேகப் படறாங்கப்பா.'

'ஒரு வழிக்கும் வரமாட்டாள்போல இருக்கு!'

'என்ன செய்யலாம்?'

'மினிஸ்ட்ரீல சொல்லிப் பாரேன்!'

'இல்லைப்பா, இவங்க கேஸ் போடட்டும். பரவாயில்லை.'

'கேஸ் போட்டா தொலைஞ்சடா நீ. நிச்சயம் அத்தனை சாட்சியும் உனக்கு எதிரா இருக்கு. அவ எழுதின லெட்டர்ஸ்!'

'அதுக்குத்தான் மாற்றுக் கடுதாசி காட்டப்போறமே!'

'அந்த வஸந்த்ங்றவன் கல்லுளிமங்கன். கோர்ட்டில நாற அடிச் சுருவாங்க. மகேந்திரா, இந்த கேஸை எப்படியாவது தவிர்க் கிறது நல்லது! ரொம்ப தூரம் போய்டுத்து. சாட்சிக்காரன் கால்ல விழறதுக்கு பதிலா சண்டைக்காரன் கால்ல விழுங்கறாப்பல சதாசிவத்தின் கால்லயே விழுந்துரலாம்.'

'ஒப்புத்துக்க மாட்டார்!'

'என்ன செய்யறது?'

'ஒரே வழிதான் இருக்கு'

'என்ன?'

'கொஞ்சம் இரு. ஜன்னல்ல ஏதோ நிழல் தெரியறது.'

வஸந்த் சரேல் என்று ஒரு தேர்ந்த திருடனின் வேகத்துடன் செயல்பட்டுக் குதித்து இறங்கிவிட்டான்.

சன்னலைத் திறந்து மகேந்திரன் எட்டிப் பார்த்து, யாரு? யாரு? என்று கேட்பதற்குள் மாருதிக்கு ஓடி வந்துவிட்டான்.

‘பாஸ்! கை குடுங்க. எப்படி உங்களுக்கு மகேந்திரன் டில்லி போகலைன்னு தெரியும்? ஏதாவது இட்சிணி வேலையா?’

‘சொல்லு.’

‘மகேந்திரன் இன் வெரி மச் ஹியர். டில்லி போகலை. ரெண்டு பேரும் நாம் கேஸ் போடறதைப் பத்தி ரொம்பக் கவலையாப் பேசிக்கிட்டாங்க.’

‘ரஞ்சனி ஷர்மாவைப் பத்தி பேச்சு வந்ததா?’

‘இல்லை, ஒரே ஒரு வழிதான் இருக்குன்னு கடைசியில பேசிக் கிட்டாங்க. அந்த வழி என்னன்னு சொல்றதுக்குள்ளே, ஜன் னல்ல என்ன நிழலாடுதுன்னு பார்க்க வந்துட்டான். ஒரே குதி! பி.டி. உஷா மாதிரி ஓடி வந்துட்டேன்.’

‘சரி, இப்ப வக்கீல் உத்யோகம் இல்லைன்னா சுவரேறிக் குதிச்சு திருடலாம் நீ!’

‘சே! நல்ல வழிகளிலேயே என் கலையைப் பயன்படுத்துவேன் - சில்க் ஸ்மிதா மாதிரி...’

‘சரி. நாளைக்கு சதாசிவத்திடம் பேசி ஃபார்மலா ஒரு பெட்டிஷன் போட்டு கேஸைத் தொடங்கிரலாம்...’

‘ஜுரிஸ்டிக்ஷன் அகமதாபாத் பாஸ்!’

‘அங்கேயும் போய் ஒரு பெட்டிஷன் சமர்ப்பிச்சுட்டு வரலாம். கொஞ்சம் ப்ரஸ்காரங்களைக் கூப்பிட்டு பப்ளிஸிட்டி கொடு... அவர்களுக்கு டவ்ரி டெத், ப்ரைட் பர்னிங் எல்லாம் அல்வா.’

‘சரி, அதிகாலையில் போய் ப்ரதிமாவைப் பாத்துட்டு எல்லா காகிதங்கள்லயும் கையெழுத்து வாங்கிண்டு வந்துர்றேன்.’

‘நானும் வர்றேன்.’

‘கையெழுத்து வாங்கறதுக்கு நீங்க எதுக்கு?’

‘இல்லை. சதாசிவம்கூடக் கொஞ்சம் பேசணும். போன் பண் ணிட்டுப் போய்ட்டு வரலாம்...’

மறுதினம் ப்ரதிமாவுக்கு வஸந்த் போன் பண்ண, 'ஹாய்! நான்தான் வஸந்த் பேசறேன்.'

'எந்த வஸ... ஹலோ வஸந்த்.'

'ஞாபகம் இருக்குதானே?'

'தாராளமா!'

'உங்க கையைக்கூட ஒருமுறை புறா மாதிரி தடவிக் கொடுத்தேனே!'

'சரி, என்ன விஷயம்?'

'கேஸ் விஷயமா சில கையெழுத்துக்கள் வாங்கவேண்டும். எப்ப வரட்டும்?'

'எப்ப வேணா வரலாம்.'

'காலேஜ் இல்லையா?'

'நீங்க வரீங்கன்னா லீவு எடுத்துக்கறேன்... கேஸை எடுத்துக் கறதாத் தீர்மானிச்சுட்டிங்களா?'

'ஆமாம்.'

'வெரி குட். வாங்க வஸந்த். காத்திருக்கேன். எப்ப வரீங்க?'

'பாஸ், எத்தனை மணிக்குப் போகலாம்?'

கணேஷ். 'பத்து' என்று விரல்களால் காட்டினான்.

'எதுக்கும் பந்தோபஸ்தா இருங்க. மகேந்திரன் ஒரு மாதிரி முரட்டு ஆசாமி. நேத்திக்கு என்ன ஆச்சு தெரியுமா? ரஞ்சனி ஷர்மான்னு அவர் செக்ரட்ரி, அவர் இரண்டாவது கல்யாணம் செய்துக்கப் போறவ, அவளை யாரோ தாக்கி... ஆஸ்பத்திரில அட்மிட் ஆயி, ஆஸ்பத்திரியிலயும் அவளைக் காணம்!'

'அப்படியா?'

'அதை ஏன் கேக்கறிங்க! அதுக்கப்புறம் எங்களைத் தாக்க ரெண்டு வெத்து குண்டர்களை அனுப்பியிருந்தார்... ராத்திரி டிஷ்யும்! டிஷ்யும்!'

'அப்படியா?'

'உங்க மாப்பிளை ரொம்பப் பொல்லாதவர், பார்க்கறதுக்கு சாது மாதிரி இருந்துண்டு.'

'அதைத்தான் நான் ஆரம்பத்திலயே சொல்லிக்கிட்டு இருந்தேன்! யாரும் நம்பலை. கண் தெரியாத எங்க அப்பாவையே அடிச்சுருக் காங்க... உங்களைத் தாக்கத் தயங்க மாட்டாங்க!'

'எதுக்கும் ஜாக்கிரதையா இருங்க.'

'பத்து மணிக்கு வந்துருங்க.'

'வெச்சுரவா?'

'வெச்சுருங்க.'

'நிஜமாவே வெச்சுரவா?'

'நிஜமா வெச்சுருங்க.'

'போடா சீ! வைடா போனை' என்று கணேஷ் அதட்ட வஸந்த் தன் மார்பை தொட்டுக்கொண்டு 'பாஸ், அந்தப் பெண்ணுக்கு நிஜமாவே என்மேல காதல்.'

'நோ சான்ஸ்.'

'பெட்டிஷன்ல கையெழுத்து போட்ட கையோட ரிஜிஸ்த்ரார் ஆபீசுக்கு அழைச்சுட்டுப் போகலாமா. திறந்திருக்குமா?'

'மடையா, உனக்கெல்லாம் ஜென்மத்தில் கல்யாணம் கிடையாது. அங்கங்க சைட் அடிச்சுக்கிட்டு இரு. அதான் உன் விதி.'

'ஏன் பாஸ்?'

'யு ஆர் நாட் த மேரியிங் டைப்.'

'இந்தத் தடவை நிச்சயம் கல்யாணம்ன்னு அன்னிக்கு கிளி ஜோஸ்யம் சொல்லித்து!'

'யாருக்குன்னு சொல்லலையே! இந்த பெட்டிஷனைப் பாரு, ட்ராஃப்ட்தான்.'

வஸந்த் அந்த மனுவின் மாதிரியைப் படித்துப் பார்த்தான். இப்பல்லாம் 'க்ரைம் எகய்ன்ஸ்ட் விம்ன்'னா தனியாவே ஒரு எஸ்.பி. அம்மா இருக்காங்க. அவங்களுக்கும் ஒரு மனு போட்டுரலாம். அப்புறம் தொகுதி எம்.எல்.ஏ., சமூக நலத் துறை.'

'முதல்ல போலீஸ் டிப்பார்ட்மெண்ட்டுக்கு.'

'இன்ன தெருவில் வசிக்கும் சதாசிவமாகிய நான், என் முதல் மகள் நாராயணி மகேந்திரன் ஒய்ஃப் ஆஃப் ஜி.மகேந்திரன்... பாஸ் அவர் என்ன உத்யோகம்?'

'தெரியலை. ஏதோ ஓ.எஸ்.டி.ன்னாங்க. டிப்பார்ட்மெண்ட்டே நிழலா இருக்குது.'

மனுவுக்கு உரிய டிராஃப்ட் காகிதங்களைத் தயாரித்துக்கொண்டு கணேஷும் வஸந்தும் புறப்பட மணி ஒன்பதே முக்கால் ஆகி விட்டது. பூந்தமல்லி ஹைரோடில் சிக்னலுக்கு அருகே ஒரு விபத்து ஏற்பட்டு, போக்குவரத்து மோசமாக அடைபட்டிருந் தது. வாகனங்கள் விலகி ப்ரதிமாவின் வீட்டை அடைய பத்து நாற்பதாகிவிட்டது.

# 10

பூட்டியிருந்த கதவருகில் நின்றுகொண்டு மோவாயைத் துடைத்து கணேஷ், 'இதுக்கு என்ன அர்த்தம் வஸந்த்?'

'பெரிய எழுத்தில ஆபத்து, ப்ரதிமாவையும் அவ அப்பாவையும் அடுத்தபடியாகக் கடத்திக்கிட்டுப் போயிருக்கானா?'

'யாரு?'

'யாரு, கதாநாயகர்தான், மகேந்திரன் ஐ.ஏ.எஸ்.'

'இருக்கலாம்.'

'பாஸ், இப்பக் கதை வசனம் முழுவதும் புரியுது. பளிங்கு மாதிரி.'

'என்ன?'

'ப்ரதிமாவின் அக்கா நாராயணியைக் கொடுமைப்படுத்தி, தற்கொலையோ கொலையோ ஆயிருக்குது. கோவிந்தராஜன் முழியே சரியில்லை. நாராயணியின் மரணத்துக்குக் காரணம் நிச்சயம் மாப்பிள்ளை குடும்பம்தான். அதில் சந்தேகம் இல்லைதானே?'

'இல்லை. சொல்லு.'

‘ஆனா இந்த ரஞ்சனி ஷர்மா...’

‘இவளை இரண்டாவதா கல்யாணம் செய்துகொள்ள முயற்சித் திருக்கிறார். அவ முதல்ல ஒப்புத்துக்கிட்டாலும் நாம கேஸ் போடறம்னு அவளுக்குத் தயக்கம் ஏற்பட்டு மேற்கொண்டு விசாரிச்சிருக்கா...’ வஸந்த் மூச்சு வாங்கிக்கொண்டான்.

‘உண்மை வெளியே வந்திருச்சு. அதுக்குத்தான் நம்மைப் பார்க்க வரதா சொல்லியிருக்கா. அது எப்படியோ மகேந்திரனுக்குத் தெரிஞ்சுபோய் ஆள் அனுப்பிச்சு மண்டைல நாலு சாத்து சாத்தி யிருக்காங்க. அவ உயிர் போகலை. ராயப்பேட்டை ஆஸ்பத் திரியில இருக்கான்னதும் அவளை எப்படியோ கடத்திட்டுப் போயிருக்காங்க.’

‘இன்னேரம் காலிங்கறியா?’

‘ஆமா.’

‘இவங்களையும் காணோம். கவலையா இருக்குது. வஸந்த்.’

‘நம்ம வந்து பயப்படுத்தினாங்க பாருங்க வெத்து குண்டங்க, அவங்க இவங்களையும்... இல்லை பாஸ்.’

‘ஏண்டா?’

‘அங்க பாருங்க.’

எதிரே சதாசிவமும் ப்ரதிமாவும் வந்துகொண்டிருந்தார்கள்!

‘நல்ல வேளை, இவளுக்கு ஏதும் ஆகலை. என்ன சார் எங்க போயிருந்தீங்க?’ சதாசிவம் கிட்ட வந்ததும் கேட்டான்.

அவர் கணேஷின் குரலை அடையாளம் கண்டுகொண்டு ‘அய்யோ! அது ஏன் கேக்கறே கணேஷ், தக்க சமயத்தில் வந்தீங்க.’

‘என்ன ஆச்சு? மறுபடியும் அடிதடியா?’ என்று ப்ரதிமாவைக் கேட்டான் வஸந்த்.

ப்ரதிமா, ‘உள்ள வாங்க. வாசல்ல நின்னுட்டுப் பேச வேண்டாம்.’

உள்ளே சென்றதும். 'நீங்க ரெண்டு பேரும் ராத்திரி துணையா இருக்கணும் எங்களுக்கு.'

'ஒரு ஆள் போதுமே! நான் ஒருத்தன் போதுமே. பாஸுக்கு ரொம்ப ஜோலி.'

கணேஷ், 'என்ன நடந்தது?'

'என்ன என்னவோ பயங்கரமா நடக்குது. மகேந்திரன் ஆள் வெச்சு எங்களைத் தீர்த்துக் கட்டிறப் பார்க்கறான்.'

'யாராவது வந்தாங்களா?'

'வீட்டுக்கு வெளியே வந்து சத்தம் போட்டுட்டுப் போனாங்க நான் தனியா இருக்கறப்ப. அப்புறம் ப்ரதிமா தனியாப் போன போது அவளை கிட்னாப் பண்ண முயற்சி பண்ணாங்க. நல்ல வேளை எதிர்த்த வீட்டில ஒரு எஸ்.ஐ. இருக்கார். அவர் தக்க சமயத்தில் வந்து காப்பாத்தினார். போலீஸ் ஸ்டேஷனுக்குப் போய் புகார் கொடுத்துட்டு வரோம். கணேஷ், இந்தாளு ரொம்ப இன்காரிஜிபிள்!'

'மகேந்திரன் என்ன வேணாலும் செய்வான். கொலைக்கும் அஞ்சாதவன்.'

'வாஸ்தவம்தான். சமீபத்தில் நிகழ்ந்த நிகழ்ச்சிகள்ள நிறைய மூர்க்கத்தனத்தை பார்த்தோம். ரஞ்சனி ஷர்மான்னு ஒரு பொண்ணு ஆபீஸ்ல...'

'தெரியும். என்னவோ அடிபட்டு கிடக்குறாளாமே. எப்படி இருக்கா?'

'எப்படி இருக்கான்னு சொல்ல முடியாத நிலை.'

'ஏன்?'

'மாயமா மறைஞ்சாச்சு ஆஸ்பத்திரிலருந்து.'

'அய்யய்யோ!' ப்ரதிமா பயந்துபோய் நகத்தைக் கடிக்க.

'நீங்க எதுக்கு நகத்தைக் கடிக்கறீங்க! நாங்க வந்துட்டமில்லை? மாடில சௌகரியமாப் படுத்துக்க வசதி இருக்கா?'

‘கணேஷ், இந்த கேஸ் முடியறவரைக்கும் நீங்க எங்களை விட்டு விலகவே கூடாது.’

‘கேஸ் போட்டுருவமா?’

‘நிச்சயம் போட்டுத்தான் ஆகணும் அவன் கொட்டத்தை அடக்க.’

‘தட்ஸ் தி ஸ்பிரிட் சதாசிவம். கவலைப்படாதீங்க. உங்க பொண்ணை கண்ணும் கருத்துமாப் பாத்துக்கிட்டு கேஸ் போட்டு இந்த ஐ.ஏ.எஸ்ஸைத் தகர்க்கலைன்னா எம் பேரு வஸந்த் இல்லை!’

‘அப்பா இப்பதான் நிம்மதி’ என்றாள் ப்ரதிமா.

‘கொஞ்சம் யூக்கலிப்டஸ் ஆயில் கைல தேச்சுக்கிட்டாச் சரி யாயிடும். வரீங்களா?’

‘இப்பவா?’

‘இப்ப இல்லை’ என்றான் கணேஷ். ‘உக்காருங்க. சில பெட்டி ஷன்கள் தயாரிக்கணும். ஒரு போலீஸ் கம்ப்ளெயிண்ட் கொடுக்கணும், அகமதாபாத் காகிதங்களை எல்லாம் கொண் டாங்க.’

‘அப்பாவும் பாஸூம் கேஸை விவரமாப் பேசிக்கிட்டு இருக்க றப்ப நாம டிஸ்டர்ப் பண்ணவேண்டாம் ப்ரதிமா. வாங்க மாடிக்கு போகலாம்.’

‘இங்கேயே பேசுங்க.’

‘உங்களுக்கு டிஸ்டர்பா இருக்கும்.’

கணேஷ் வஸந்தை முறைத்துப் பார்த்து, ‘வஸந்த்! நோ மங்கி ட்ரிக்ஸ்’ என்றான்.

‘பாஸ், ட்ரஸ்ட் மி.’

ப்ரதிமாவுடன் மாடிக்குப்போய் பால்கனியிலிருந்து தெருவில் போவோர் வருவோரைப் பார்த்துக்கொண்டிருந்த வஸந்த், ‘ப்ரதிமா உங்களை எப்ப முதல்ல பார்த்தேன்? மறக்கவே இல்லை. காவிக் கலர்ல சொக்காயும். கிளிப்பச்சை நிறத்தில

மேல் துண்டும் காதில் நீலத்தில தொங்கட்டாணும் அணிந்து பல்லுக்கு க்ளிப் போட்டிருந்திங்க. எடுத்துட்டிங்களா?'

'எடுத்துட்டேன்...'

'அந்தச் சமயத்திலேயே எனக்கு டெம்பரேச்சர் ஒரு எட்டு டிகிரி செல்ஷியஸ் எகிறுனது இன்னும் குறையலை. தொட்டுப் பாருங்க.'

'எதனால?' என்றாள்.

'அய்யோ, இவ்வளவு இன்னொஸண்டா, இவ்வளவு மில்க்கா நீங்க? த்ஸொ.'

'நீங்க பேசறதே எனக்கு தமாஷா ஆறுதலா இருக்கு வஸந்த்! எத்தனை பயம்மா இருந்தது தெரியுமா? அவங்க ஜன்னல்மேல கல்லெறிஞ்சப்ப.'

'அப்படியா!'

'மார் படக்கு படக்குனு அடிச்சுக்கிச்சு?'

'ஆமா.'

'எங்கே பார்க்கலாம்' என்று வஸந்த் தொட்டுப் பார்த்தான்.

'ஆமா, புறாக் குஞ்சு மாதிரி அடிக்குது.'

அவள் இயல்பாக அவன் கையை நீக்க, 'யூகலிப்டஸ் தேச்சா சரியாப் போய்டும்.'

'ஆயில் இல்லையே.'

'எதாவது ஆயில் இருக்காதா வீட்டில்? தேங்காண்ணெய்? வி.வி.டி?'

'இருக்கு.'

'கொண்டாங்க, தேச்சு விடறேன்.'

'எங்க?'

‘அது ஆளுக்கு ஆள் மாறும். அவங்கவங்க தேஜஸைப் பார்த்துத் தீர்மானிக்கணும்.’

அவள் நிஜமாகவே தைலம் எடுத்துவர, ‘லெட் மி ஸீ, உங்களுக்கு இடுப்பில் தேய்க்கலாம்னா இடுப்பே இல்லையே? கிட்ட வாங்க.’

அப்போது கணேஷ் நுழைந்து, ‘கிட்ட வா. நானும் வரட்டுமா? என்ன அது தைலம் எல்லாம்?’

‘பயத்துக்கு தேய்க்கலாம்னாரு வஸந்த்.’

‘ஆரம்பிச்சியா, போடா கீழ. மிஸ் இவன் உத்தேசம் தைலம் தேய்க்கறதோட நிக்காது. இவனை நம்பாதீங்க.’

‘இல்லையே, தமாஷாப் பேசிக்கிட்டுத்தானே இருக்கார்.’

‘தமாஷா பேசிக்கிட்டு, வாடா சீ.’

‘கரடி கரடி’ என்று திட்டிக்கொண்டு கீழே வர, சதாசிவம் கையெழுத்து போட உதவிக்குக் காத்துக் கொண்டிருந்தார்.

‘வஸந்த், இதை நாளைக்கு நியரஸ்ட் போலீஸ் ஸ்டேஷன்ல கொடு. முதல்ல ஒரு பெட்டிஷன். ப்ரேயர் டு ரீஓப்பன் தி கேஸ். வி ஹவ் ரீஸன்ஸ் டு பிலீவ் தட் மை டாட்டர் நாராயிணி, ஒய்ப் ஆஃப்...’

ப்ரதிமா டீ போட உள்ளே போக, வஸந்த் சதாசிவத்தின் அருகில் உட்கார்ந்துகொண்டு, ‘பயப்படாதீங்க மாமா சார். கோர்ட்டில் பூந்து விளையாடுவோம்.’

‘முதல்ல இது கோர்ட்டுக்கு வராது. போலீஸ் விசாரிக்கணும்.’

‘பாஸ், ஒரு ரிட் போட்டுட்டா என்ன. ரிட் ஆப் மண்டாமஸ்.’

‘போடலாம் போடலாம்.’

ப்ரதிமா டீ கலக்கிக் கொண்டே உள்ளே வந்தவள். ‘அப்படின்னா என்ன?’

‘அதாவது ப்ரதிமா, வந்து ரிட்டில் அஞ்சு வகை இருக்கு. ஸெர்ட்டி யோராரி, ஹேபியஸ் கார்ப்ஸ், மண்டாமஸ்...

80 ❍ சுஜாதா

‘டேய் போதும்டா! ப்ரதிமா இவன் ரொம்ப ரீல் விடுவான். சந்து கிடைச்சாப் போதும்.’

ராத்திரி ரம்மி ஆடினார்கள், சதாசிவம் எட்டரைக்கே படுத்து விட்டார். வஸந்த்தை ரூமுக்குப் போய் சில ஆடைகளை எடுத்து வர அனுப்பிவைத்தான் கணேஷ்.

ப்ரதிமா சாப்பிட்டுவிட்டு, ‘உங்க வஸந்த் நல்லவர், ரொம்ப நல்லவர். ரொம்ப தமாஷ் அந்த ஆளு.’

‘ப்ரதிமா, அவன் ரொம்ப கொஞ்சுவான். ஓசைப் படாம கணக்குப் பண்ணிடுவான். ஏமாத்திருவான்! உலகத்தில் இருக்கிற அத்தனை பெண்களும் அவனுக்கு இஷ்டம்.’

சதாசிவம் கட்டிலில் படுத்துக்கொண்டிருந்தவர். ‘ஆமா ப்ரதிமா, கணேஷ் சொல்றதைக் கேளு. ஹி இஸ் எ மெர்ச்சுர்ட் மென்.’

‘இந்தப் புஸ்தகம் எல்லாம் யார் படிக்கிறாங்க.’

‘நான்தான்’ என்றார் சதாசிவம்.

‘அப்ப ஒரு காலத்தில் உங்களுக்குக் கண்ணு...’

‘தெரிஞ்சுக்கிட்டு இருந்தது. நாலு வருஷமா க்ளாக்கோமா வந்து ஆபரேஷன் கொஞ்சம் லேட்டாப் போயி ஆப்ட்டிக்கல் நெர்வ் வீக்கா போயி நாலு வருஷமாப் பார்வை மங்கிப் போச்சு.’

கணேஷ் அலமாரியிலிருந்து புத்தகங்களைப் புரட்டினான்.

‘உங்களுக்கு ராபின் குக் பிடிக்கும்போல’ என்றான்.

ராத்திரி ப்ரதிமாவுடன் வினோதமான செஸ் ஆடினான்.

ஒவ்வொரு மூவையும் அவள் சதாசிவத்திடம் சொல்ல, ‘பிஷப் பால யானையை வெட்டு’ என்று அவர் அந்த செஸ் போர்டின் வடிவத்தை மனப்பாடத்தில் ஆடினார். கணேஷ்தான் ஜெயித் தாலும், ‘ரிமார்க்கபிள் சார். க்ராஃபிக் மெமரி!’

‘கண் தெரிஞ்சப்ப நிறைய செஸ் ஆடியிருக்கேன்’ என்றார்.

வஸந்த், ‘ஸாருக்கு கண் மட்டும் தெரிஞ்சா உலகத்தையே...’

‘தெரிய வேண்டாம்பா, என் பொண்ணு செத்துப்போனதைப் பார்த்திருக்க வேண்டாம்பா’ என்றபோது அவர் கலங்கிய கண்களில் கண்ணீர் வரம்பிட்டது.

கணேஷ் ‘கவலைப்படாதீங்க சார், உங்க மாப்பிள்ளைக்கு தண்டனை கிடைக்கும்படிச் செய்யறோம்.’

‘அவன் தூக்கு தண்டனை பெறக்கூடாது. ஆயுள் தண்டனை கெடைச்சு அணு அணுவா, செய்த காரியத்துக்கு வருத்தப் படணும். தூக்கில் போட்டா நிமிஷத்தில காரியம் முடிஞ்சுர்றது. அவன் ஜெயிலுக்குப் போறதுக்கு முன்னாடி ஒருமுறை என் முன்னால் கொண்டுவர ஏற்பாடு செய்யுங்க கணேஷ்.’

‘எதுக்கு?’ என்றான் வஸந்த்.

‘அப்படியே மூஞ்சில ப்ளேடால கீறணும்! நெருப்புப் பெட்டி வச்சு சட்டையைப் பற்ற வைக்கணும்’ என்றார் சதாசிவம். வெறுப்பில் அவர் கண்கள் ஒளிர்ந்தன.

# 11

மறுதினம் வஸந்த் சுறுசுறுப்பாக போலீசுக்கு மனு தயார் செய்தான். 'எந்தப் போலீஸ் ஸ்டேஷன்னு தான் பாஸ் குழப்பமா இருக்கு.'

'சதாசிவம் இருக்கற ஏரியாவில்தான் கொடுக் கணும். சம்பவம் நடந்தது அகமதாபாத்.'

'அவங்க கேஸை ட்ரான்ஸ்ஃபர் பண்ணிக்கட்டும். நம்மைப் பொருத்தவரை எந்த போலீஸ் ஸ்டே ஷன்ல வேணா புகார் பண்ணலாம்.'

'கொஞ்சம் பப்ளிஸிட்டியோட இதைப் பண்ணலாம் பாஸ், பத்திரிகைக்காரங்களைக் கூப்பிட்டு.'

'வேண்டாம் வஸந்த். மிகைப்படுத்த வேண்டாம். ஹைப் வேண்டாம்.'

வஸந்த் அவன் சொல்வதைக் கேட்காமல் டெலி போனைச் சுழற்றி, 'யாரு ஜயந்தா? எப்படி இருக்க? சிஸ்டர் சௌக்யமா? கல்யாணம் ஆய்டுத்தா? என்ன ஒரு பாதகம்! எங்கிட்ட ஒரு வார்த்தை சொல்லக் கூடாதா ஜயந்த். நான் உன்னைக் கூப்பிட்டது எதுக் குன்னா...' கணேஷ் அவனை முறைத்துப் பார்ப் பதைக் கவனிக்காமல்...

'மகேந்திரன்னு ஒரு பட்சி... ஐ.ஏ.எஸ். ஆபீசர் இருக்கார். அவங்க ஒய்ஃப் சமீபத்தில் எரிஞ்சு

போய்ருக்காங்க. அதை ஹஷ் பண்ணியிருக்காங்க. மனைவி சந்தேகமான சூழ்நிலைல இறந்ததால கேஸை மறுபடி கிளப்பப்போறோம். கொஞ்சம் பப்ளிஸிட்டி வேணும்.'

வஸந்த் போனை வைத்தான்.

'ஃப்ரண்டு ஜெயந்த். பிடிஐ பாஸ். கொஞ்சம் தலைவாரிக்கங்க. போட்டோ எடுக்கறப்ப தலை கலைஞ்சிருக்கக்கூடாது.'

'வஸந்த், நீ பண்றது ரொம்ப தலைகீழ்த்தனமா இருக்கு. கேஸை அவங்க எடுத்துக்கிட்டப்புறம் பப்ளிஸிட்டி, அதுவும் அளவா.'

'பாஸ், உங்களுக்கு விவரம் தெரியாது. இதுக்கெல்லாம் ப்ரஸ் கவரஜ் வேணவே வேணும், பாருங்க டிவிலகூட வருவாங்க. இப்பல்லாம் பயங்கர ஆட்டானமி.'

ஜயந்த் சொல்லிவைத்தாற்போல அரை மணிக்குள் போட்டோ கிராபர் இளைஞனுடன், 'வந்தாச்சு' என்றான். வஸந்த், 'ஜயந்தா, வா சொல்றேன். ஆதி பர்வத்திலிருந்து.'

'சொல்லு... சார் ஒதுங்கிக்கிறிங்களா...' 'பளிச் பளிச்!' கணேஷ் நடப்பது பிடிக்காமல், 'மிஸ்டர் ஜெயந்த். முதல்ல நாங்க பெட்டி ஷன் கொடுக்கப்போறம். அதுக்கப்புறம்... டு ரீ ஒப்பன், தி கேஸ்.'

'பயப்படாதிங்க. யாரு இந்த ஐ.ஏ.எஸ்., சொல்லுங்க?'

'மகேந்திரன்னு!'

'பேட்டி முடிஞ்ச உடனே அவரையும் போய்ப் பாத்துரலாம். விக்ட்டிம் பேரு?'

'நாராயணி.'

'ஆமா. அப்பா பேரு சதாசிவம். தங்கை பேரு ப்ரதிமா.'

'தங்கைங்கள் ஸ்பெஷலிஸ்டாச்சே இவன். கணேஷ் ஸார், இவனை எப்படி வெச்சுக்கிட்டிருக்கிங்க? ரொம்ப உமனைஸ ராச்சே!'

'டேய், அதெல்லாம் திருத்திட்டேண்டா. பெண்களையே ஒரு நா விட்டு ஒரு நா மறந்துட்டேன். துறந்துட்டேன். ஒரே ஒரு பெண்

தான் கொஞ்சம் வாட்டறா. நீ என்ன பண்ற, சதாசிவத்தைப் பேட்டி எடுக்கறப்ப என்கூட வந்துரு. என்னைக் கூப்பிட்டுரு, என்ன?'

'சரி.'

அவன் நோட்டுப் புத்தகத்தில் விவரமாகக் கிறுக்க ஆரம்பிக்க கணேஷ், 'வஸந்த், ஐம் கோயிங்...'

'எங்க பாஸ்?'

'வெளியே. பேட்டியெல்லாம் முடிச்சுட்டு வா.' ஆயாசத்துடன் புறப்பட்டான்.

கேஸ் அத்துமீறுகிறது. அதிகம் விளம்பரம் ஆரம்ப காலத்தில் கூடாது. எத்தனையோ விவரங்கள் சரிவரத் தெரியவில்லை. ரஞ்சனி ஷர்மா எங்கே? அவள் காணாமற்போனதைப் பற்றி ஒரு ரிப்போர்ட் கொடுக்க வேண்டாமா? யாராவது கொடுத்திருப்பார் கள். காவல்காத்த ஹெட் கான்ஸ்டபிள் பதிவு செய்திருக்கலாம். போலீஸ் நிலையத்தில் விசாரித்தால் என்ன?

மெல்ல நடந்து காரின் சாவியைத் திறக்குமுன் கொஞ்சம் யோசித் தான். மாருதியின் கதவில் உள் பட்டன் நின்று கொண்டிருந்தது. வரும்போது பூட்டியது ஞாபகம் வந்தது.

யாரோ கதவைத் திறந்திருக்கிறார்கள். சீட்டருகில் ப்ளோர் போர்டில் ஒரு பெட்டிபோல வைத்திருந்தது. கணேஷுக்கு சகலமும் உயிர்பெற்று ஜாக்கிரதையானான். அந்தப் பெட்டியி லிருந்து ஒரு மின் இணைப்பு இருப்பதைப் பார்த்தான். இப்போது அவன் முழுதும் உஷாராகி, காரை தொடக்கூட விருப்பமில்லாமல் மறுபடி உள்ளறைக்கு வந்தான். 'வஸந்த், கொஞ்சம் வர்றியா?'

'என்ன பாஸ்?'

'கார்ல எதோ ஸ்ட்ரேன்ஜ் ஆப்ஜெக்ட் இருக்கு.'

அதற்குள் பேட்டி எடுத்த ஜயந்த் போட்டோக்காரருடன் மோட்டார் சைக்கிளில் ஏறிச் செல்ல...

வஸந்த் எட்டிப் பார்த்து, 'திஸ் இஸ் சீரியஸ். மகேந்திரன் கொலைக்கும் அஞ்சமாட்டார்போல இருக்கு. பாஸ், நேரா

இக்னிஷனுக்கு கனெக்ஷன் இருக்கு. ஸ்விட்சைப் போட்டிருந்தா வெடிச்சிருக்கும்! தப்பிச்சிங்க. மச்சம், தீர்க்காயுசு...'

'வஸந்த், பார்த்து பார்த்து.'

மெல்லக் கதவைத் திறந்து லாகவமாகப் பிரித்து, சீட் அருகில் வைத்திருந்த அந்த பார்சலை வெளியே எடுத்து அதை ஆராய்ந்தான்.

'வெடிச்சிருந்தா கூரை பிஞ்சிருக்கும்... பாஸ், எனக்கென்னவோ இந்தக் கேஸ் பின்னணில வேற ஒரு நரம்பு ஓடுதுன்னு தோணுது. கேவலம் ஒண்ரைணா டவ்ரிக்காக இத்தனை வன்முறை கொஞ்சம் அதிகமாகப் படலை?'

'ஆமா. வஸந்த் எனக்கும் அதுதான்.'

'இந்த மாதிரி டப்பா எல்லாம் பஞ்சாப்லதான் விக்கறாங்கன்னு நினைச்சேன். நம்மூருக்கே வந்திருச்சா.'

'வஸந்த் ,டோண்ட் டச் இட்.'

'இல்லை பாஸ். ரொம்ப க்ரூட் பாம் இது. சும்மா பாட்டரி கனெக்ஷன் கொடுத்து சர்க்யுட் கம்பளீட் ஆனா ஸ்பார்க் வரும். வெடிக்கும்.'

'எதுக்கும் ஓரமாவே வை. போலீஸ்கிட்ட ஒப்படைச்சுரலாம்.'

'அவங்க பெரிசா பாம் டிஸ்போஸல் ஸ்க்வாடு கொண்டு வரட்டும்.'

'ஒரு ஓரமா, வெராந்தாவில வெச்சுரு...'

'பாஸ், உங்களுக்கு பஞ்சாப் ரோட்வேஸ் ஜோக் சொன்னேனோ?'

போலீசுக்குச் சொன்னபோது, வஸந்த் சொன்னமாதிரி ஒரு படையே வந்து சேர, அந்த டப்பாவை ஜாக்கிரதையாகக் கையாண்டு எடுத்துச் செல்ல 'கணேஷ், கொஞ்சம் ஸ்டேஷன் வரைக்கும் வந்துட்டு போங்க' என்றார் இன்ஸ்பெக்டர் திருநாவுக்கரசு என்கிறவர்.

'சொல்லுங்க, யாருக்கு உங்கமேல பாம் வெக்கறாப்பல விரோதம்?'

‘அதை ஏன் கேக்கறிங்க அரசு, மகேந்திரன்னு ஒரு ஐ.ஏ.எஸ் அதிகாரி இருக்காரு...’

‘என்ன டிபார்ட்மெண்ட்?’

‘அது என்னவோ பேர் தெரியாத டிபார்ட்மெண்ட். அவர் முதல் மனைவி இறந்ததைச் சந்தேகப்பட்டு ஒரு பெட்டிஷன் கொடுக்கறதா ஒப்புக்கிட்டு அதிலிருந்து வந்தது வினை. ராத்திரி ஆளுங்களை வெச்சு அடிக்க முயற்சி. மாமனார்காரர் கண் தெரியாத கிழவர். அவரை அடிச்சுப்போட முயற்சி. அப்புறம் ப்ரதிமான்னு சிஸ்டர் இன் லா...’

‘ஐ.ஏ.எஸ். ஆபிசரா?’

‘ஆமாங்க.’

‘ஆச்சரியமா இருக்குதுங்க.’

‘அப்புறம் கேளுங்க. ராயப்பேட்டா ஆஸ்பத்திரியில் என்ன ஆச்சுன்னா...’

வஸந்த் எல்லா விவரங்களையும் சொல்ல அரசு, ‘உங்களுக்கு ஒரு போலீஸ் ப்ரொட்டக்ஷன் போட்டுரச் சொல்லட்டுங்களா?’

‘வேணாம். ஆறிலயும் நூறிலயும் சாவுன்னு வள்ளுவர் சொன்னாரு.’

‘மகேந்திரன்னு கேள்விப்பட்ட பேரா இருக்கு. ஏம்பா, ஹெட் கான்ஸ்டபிள்...’

‘சற்று நேரம் முன்னாடி அவர்தான் ஒரு கம்ப்ளெய்ன்ட் கொடுக்கணும்னு போன்ல சொன்னாருங்க’ என்றார் ஹெட் கான்ஸ்டபிள்.

‘என்னவாம்?’ என்றார் கணேஷ்.

‘இந்த மாதிரி நீங்க ரெண்டு பேரும் கேஸ் போடுவேன்னு தொந்தரவு பண்றிங்களாம். ஹராஸ்மெண்ட், பயமுறுத்துறிங்களாம்?’

‘அடப்பாவி, அப்படியா சேதி?’

‘அவரையே போய்ப் பார்த்துரலாமே. போலீஸ்ல அதையே தீவிரமா எடுத்துக்கறதுக்கு முன்னாடி.’

'ரஞ்சனி ஷர்மா எங்கேன்னு கேளுங்க அவனை.'

'நீங்களே கேளுங்களேன்.'

வஸந்த், கணேஷ், இன்ஸ்பெக்டர் திருநாவுக்கரசு மூவரும் மகேந்திரன் வீட்டுக்குப் போனபோது, கோவிந்தராஜன்தான் வரவேற்றார். நாராயணியின் படம் ப்ரேம் போட்டு மாட்டியிருந்தது ஹாலில்.

'உக்காருங்க வரச்சொல்றேன்' என்றார். உள்ளே போனார்.

'பாத்தா, அப்படியே பீஸ்ஃபுல்லா இருக்கே...'

சற்று நேரத்தில் மகேந்திரன் உள்ளே வந்தார். வெள்ளை ஜிப்பாவும் வேட்டியும், துல்லியமாக இருந்தார்.

'ஹலோ இன்ஸ்பெக்டர், ஹலோ மிஸ்டர் கணேஷ் சௌக்கியமா? வஸந்த், எப்படி இருக்கிங்க?'

'என்ன சார் நாடகம்?'

திருநாவுக்கரசு, 'சார், இவங்க உங்க பேர்ல பெரிய கம்ப்ளெயிண்ட் கொடுக்கப் போறாங்க.'

'அப்படியா. என்னவாம்?' என்றார் புன்னகையுடன்.

கணேஷ். 'சார், பாசாங்கு ஏதும் வேண்டாம். வி ஆர் கோயிங் டு ஃபைல் எ பெட்டிஷன். உங்களை அப்படியே குடைஞ்சு எடுத்துடப் போறோம்.'

'எதுக்கு?'

'உங்க மனைவி இறந்ததை, கேஸை ரீ ஒப்பன் பண்றதுக்கு.'

'யாருக்காக கேஸ் போடப் போறிங்க? ஹு இஸ் தி பெட்டிஷனர்?'

'சதாசிவம், உங்க மாமனார், அப்புறம் ப்ரதிமா உங்க சிஸ்டர் இன் லா.'

மகேந்திரன் இன்னமும் புன்னகை மாறாமல் இருந்தது கணேஷுக்கு வினோதமாகப்பட்டது.

'சதாசிவம், ப்ரதிமா, அப்படித்தானே? அப்பா கொஞ்சம் அவங்களைக் கூப்பிடறிங்களா?'

அப்போதுதான் அருகே கோவிந்தராஜனும் நின்று கொண்டிருப் பதைக் கவனித்தான்.

அவர் உள்ளே செல்ல, சற்று நேரத்தில் சதாசிவமும் ப்ரதிமாவும் வந்து நிற்க...

'சொல்லுங்க சார்.'

சதாசிவம் தெளிவாக, 'இன்ஸ்பெக்டர்! தேர் ஹஸ் பீன் எ டெர்ரி பிள் மிஸ்அண்டர்ஸ்டாண்டிங். என் மாப்பிள்ளை மகேந்திரன் குற்றவாளியே இல்லை. அவர்மேல சந்தேகப்பட்டது ரொம்ப தப்பு. நாங்க எதும் கேஸ் போடப் போறதில்லை.'

வஸந்த், 'சார், அடிக்கு பயந்துண்டு சொல்றார்... தனியா கூப் பிட்டுக் கேளுங்க. ரஞ்சனி ஷர்மா கேளுங்க, வேர் இஸ் ஷி.'

'காட்டறேன் வாங்க' என்றார் மகேந்திரன்.

# 12

'ரஞ்சனி ஷர்மா உயிரோட இருக்காங்களா?' என்றான் வஸந்த் அசந்துபோய்.

'ஆமா. ஜே ஜே ஆஸ்பத்திரியில் ரூம் நம்பர் எட்டில, ஸ்பெஷல் வார்டில இருக்காங்க. வேகமா குண மாயிட்டு இருக்காங்க.'

'ரஞ்சனி ஷர்மா?'

'சாட்சாத்' என்றார் மகேந்திரன் புன்னகை தவறாமல்.

வஸந்த் கணேஷைப் பார்த்து, 'சார், ராயப்பேட்டை ஆஸ்பிடல்ல இருந்து காணாமப் போயிரவே...'

'என்ன சொல்றீங்க? புரியற மாதிரிச் சொல்லுங்க.'

மகேந்திரன் நிதானமாக 'இன்ஸ்பெக்டர், நான் புரியறமாதிரி சொல்றேன். நண்பர்கள் கொஞ்சம் அதிகமா கற்பனை உள்ளவங்க. ரஞ்சனி ஷர்மான்னு எங்க ஆபீஸ் ஸ்டாஃப்ல ஒரு பெண் இருந்தா. அவளை யாரோ முகமில்லாத எதிரிகள் தாக்கி...'

'யாரோ இல்லை. சார்தான் தாக்கிருப்பார். எங்கள அவசரமாக் கூப்பிட்டனுப்பி, போய்ப் பார்த்தா தாக்கல்... ராயப்பேட்டை ஆஸ்பத்திரி...'

'அந்தப் பெண்ணை நான் கல்யாணம் பண்ணிக்கப் போறேன். தாக்குவேனா? நான் செய்தது அவளை

ராயப்பேட்டை ஆஸ்பத்திரிலேருந்து அழைச்சுட்டுப்போய் ப்ரைவேட் நர்ஸிங் ஹோம்ல சேத்ததுதான். அதை இவங்க மிஸ்டேக் பண்ணிட்டு...'

'இல்லை. சதாசிவம், என்னங்கறிங்க இப்ப?'

'கணேஷ், வஸந்த், என் மாப்பிள்ளையோட உண்மையான குணம் இப்பத்தான் தெரிஞ்சது. என் பெண் நாராயணி விபத்துலத ான் செத்திருக்கா. மாப்பிள்ளை காரணமே இல்லை. நிரபராதி. ஐ வாஸ் மிஸ்டேக்கன் கணேஷ். உங்க ரெண்டு பேருக்கும் தொந் தரவு கொடுத்ததுக்கு ரொம்ப ஸாரி. லீகல் அட்வைஸ்க்கு என்ன பீஸ் உண்டோ அதை வாங்கிண்டு...'

'சபாஷ்' என்று வஸந்த் கை தட்டினான். இப்ப ரெண்டு பேரும் ஒரே கட்சியா? அதெப்படி சார் ஓவர் நைட் மாறிட்டிங்க? மகேந்திரன் வாங்கிட்டாரா உங்களையும்?'

'வஸந்த், நாக்கை அடக்கிப் பேசுங்க. ஒரு கவர்மெண்ட் ஆபீசரை இன்சல்ட் பண்றிங்க.'

'என்ன சார். எங்களை அடிச்சுப் போட ஆள் அனுப்பிச்சது நீங்க இல்லைங்கறீங்களா?'

'நீங்க சொல்றதே புரியலை.'

சதாசிவம், 'வஸந்த் ப்ளீஸ், கணேஷ், இந்த கேஸை தயவு செய்து தொடவேண்டாம்னு கேட்டுக்கறேன்.'

'அப்ப ப்ரதிமா, நீங்க என்ன சொல்றீங்க?'

'அப்பா சொல்றபடி செய்துருங்க வஸந்த்.'

'எப்படி எல்லோரும் ஸ்விட்ச் போட்டாப்பல மாறிட்டிங்க? ஏதோ இட்சிணி வேலை. மகேந்திரன், கங்ராட்ஸ், எங்க வாழ்ந ாள்ல இதைவிட முட்டாளா உணர்ந்ததே இல்லை நாங்க. வாழ்த்துகள்! கல்யாண கடுதாசு அனுப்புங்க. ப்ரதிமா, உங்களை சந்திச்சதிலே சந்தோஷம். இன்ஸ்பெக்டர், ஸாரி ஃபார் தி ட்ரபிள்! கோமாளித்தனமா நடந்துக்கிட்டோம். ஸாரி. ஸாரி! தேர்தலுக்கு முன்னால வேட்பாளர் சொன்னாப்பல எல்லோருக்கும் ஸாரி! வர்றோம் என்ன?'

மாருதி காரில் ஏறி சீறிப் புறப்பட்டபோது, 'என்ன பாஸ்! கொட்டை அடிச்சுட்டாங்க. குருவுக்கு நாமம் போட்டு கோபாலப் பெட்டியில கை போட்டது போல... என்ன ஆச்சு?'

கணேஷ் சிந்தனையில் இருந்தான்.

'எங்க போறோம்? அதுக்காவது பதில் உண்டா? சிம்பிளான கேள்வி.'

'ரூமுக்குத்தான், வேற எங்க?'

'ஆத்து ஆத்துப் போவுது. ஒரு பீர் சாப்பிட்டாகணும்.'

'அதுக்கு முன்னாடி ஜேஜே ஆஸ்பத்திரிக்குப் போ.'

'என்ன விசேஷம்?'

'ரஞ்சனி ஷர்மாவை ஒரு முறை பார்த்துட்டுப் போலாம்.'

'எதுக்கு?'

'சும்மா கேள்வி கேக்காதே. கேஸ் ஒரு மாதிரி போவுது.'

'இனிமே செல்லாக்காசு. பிரயோஜனமில்லை. விட்டுட்டு பேசாம ஒரு கல்யாணி பீர் அடிச்சுட்டுப் படுத்தா...'

'வா வஸந்த்.'

ஜேஜே ஆஸ்பத்திரியில் ரிசப்ஷனில் விசாரித்ததில் ரஞ்சனி ஷர்மா ஸ்பெஷல் வார்டில் படுத்திருப்பதாகச் சொன்னார்கள்.

'பார்க்க முடியுமா?'

'ஸாரி சார். விஸிட்டர்ஸ் ஸ்ட்ரிக்ட்டா அலவ்ட் இல்லைன்னு சொல்லியிருக்காங்க.'

'யாரு?'

'அஸ்பண்டு.'

'முதல்தா, ரெண்டாவதா?'

'ஸாரி ஸார்!'

கணேஷ், 'வா வஸந்த்' என்றான்.

'ஆக ஷர்மா உயிரோடு இருக்கா! அஜய் ஷர்மா, சேத்தன் ஷர்மா, ரஞ்சனி ஷர்மா.'

காரில் வீட்டுக்குப் போய்க்கொண்டிருக்கும்போது கணேஷ் சட்டென்று, 'வஸந்த், கன் வேணும்' என்றான்.

'கன்னா?'

'ஆமாம்.'

'தோட்டா போட்டதா, இல்லை... வெத்தா?'

'தோட்டா போட்டது.'

'சுடறதுக்கா?'

'பின்ன, எதுக்குப் பிரயோகப்படுத்துவாங்க?'

'பயப்படுத்தறதுக்கும் பாஸ்!'

கணேஷ் வஸந்த்தைப் பார்த்து, 'கில்லாடிரா. மனசில இருக்கிறதை எப்படியோ படிக்கிறே.'

'பாஸ், உங்க இதயம் கிளாஸ் கண்ணாடி. யாரைப் பயப்படுத்தப் போறீங்க?'

'சொல்றேன்.'

'நான் சொல்லட்டுமா?'

'என்ன?'

'சதாசிவம்.'

கணேஷ் மறுபடி முறைத்துப் பார்த்து, 'மேலே சொல்லு.'

'அதுக்குமேல உங்க எண்ண ஓட்டத்தைத் தொடர முடியலை. டூ ஃபாஸ்ட்.'

'சதாசிவம் எதுக்காக மனசு மாறினார்?'

'ப்ரதிமாவை முதல்ல பயப்படுத்திப் பார்க்கலாமே. எங்கிட்ட விட்டுருங்க. போட்டு கன்ன வெச்சுத் துளைச்சர்றேன்.'

'உனக்கு வேற வேலை இருக்கு!'

'என்ன?'

'ரஞ்சனி ஷர்மாவை எப்படியாவது பார்க்கறது.'

'உள்ள விடமாட்டேங்கறாங்களே!'

'நீ பூராத ஆஸ்பத்திரியாடா? என்ன செய்வியோ. ரஞ்சனி ஷர்மாவைப் பார்த்து, அவ நம்மகிட்ட என்ன சொல்ல வந்தாங்கறதைத் தெரிஞ்சுக்கணும்.'

'அவ்வளவுதானே, டன். ஜேஜே ஆஸ்பத்திரியில மேரிக் குட்டின்னு யாராவது நர்ஸ் இருந்தே ஆகணும். அவகிட்ட தேங்கா பறிச்சுட்டாப் போச்சு.'

கணேஷுக்கு ரெகுலேஷன் ரிவால்வர் ஒன்று நண்பனிடம் பெற்றுக்கொடுத்தபின் வஸந்த் ஆஸ்பத்திரிக்குப் போனான்.

'ரொம்ப நாளா இடது பக்கம் வலிங்க. மாடிப்படி ஏறினா மூச்சு வாங்கறது.'

'டாக்டர் இல்லியா' என்றாள் அந்த நர்ஸ். 'ட்யூட்டி டாக்டர் இதப்ப வராது.'

'உங்க பேரு மேரியா?'

'இல்லியா. ஓமனா.'

'ஓமனா. உங்களைப் பார்த்தா என் சிஸ்டர் ஓர்மை வராது.'

'மலையாளம் அறியுமா?'

'கொறச்சு. உங்க புஞ்சிரி இருக்கு பாருங்க. அந்த அளவுக்கு.'

அந்தப் பெண். 'ஏய்! ட்யூட்டியில் இப்படியெல்லாம் சம்சாரிக்கக் கூடாது' என்றாள்.

'எப்படியாவது நீங்க தொட்டதிலேயே வலி பாதி போய்டுத்து. ட்யூட்டி டாக்டர் எப்ப வரும்?'

'இதப்ப வரும்.'

'யார் ட்யூட்டி டாக்டர்?'

‘சார்ட்டில் போட்டிருக்கு.’

‘சார்ட் எவட?’

‘அடுத்த மூரியில.’

‘பார்க்கலாமோ?’

‘ஓ... தாராளம்.’

‘உங்க கண்ணைப் போல’ என்று சொல்லிவிட்டு சார்ட்டைப் பார்க்கப் போன வஸந்த், நழுவி மாடிப்படிகளில் விருட்டென்று ஏறி, ஸ்பெஷல் வார்டு விசாரித்து எட்டாம் நம்பர் அறைக்கு ஒரு நிமிஷத்தில் வந்துவிட்டான்.

பிஸிஷன்ஸ் ரெஸ்ட் ரூம் என்று பார்த்தான். அதில் மாட்டியிருந்த ஸ்டெத்தையும் பார்த்தான்.

டாக்டர் வஸந்த் உள்ளே நுழைந்து, ட்யூட்டியில் இருந்த நர்ஸைப் பார்த்து, ‘பேஷண்ட் இஸ் ஸ்லீப்பிங்கா?’ என்று கேட்டான்.

‘எஸ் டாக்டர்.’

‘பிபி எடுத்தீங்களா?’

‘எடுத்தோம்.’

‘மறுபடி எடுக்கணும். எழுப்புங்க.’

‘டாக்டர் எழுப்பக் கூடாதுன்னு...’

‘நான் சொல்றேன். எழுப்புங்க.’

சிஸ்டர் தயக்கத்துடன் ரஞ்சனி ஷர்மாவை எழுப்ப அவள் கண் விழித்தாள். ‘ஹலோ, எப்டி இருக்கீங்க?’ சிஸ்டர் பிபி கருவி எடுத்து வரச் சென்றாள்.

அவளுக்கு வஸந்தை அடையாளம் கண்டுகொள்ள நேரமாயிற்று.

‘வஸந்த்! நீங்க எப்படி?’

‘அதெல்லாம் அப்புறம் ஷர்மா, ஆர் யு இன் டேஞ்சர்?’

‘ஆமாம்’ என்றாள்.

'யார்ட்டருந்து, மகேந்திரன்தானே?'

'இல்லை.'

'பின்ன யாரு?'

அவள் சொல்லி முடிப்பதற்குள், 'சிஸ்டர் என் ஸ்டெத்தைப் பாத்தீங்களா?' என்று உள்ளே வந்த நிஜ டாக்டர், 'ஹலோ, யாரிது? செக்யுரிட்டியைக் கூப்பிடுங்க சிஸ்டர்' என்று சொல்ல, வஸந்த் 'டாக்டர், வாங்க. நான் ரஞ்சனியோட கஸின், ஹெள இஸ் ஷீ?'

'நீங்க டாக்டரா?'

'ஆமாம் ஹார்ட் சர்ஜன். எப்படி இருக்கா? பல்மனரி இடிமா போல இருக்கே!'

'பல்மனரி இடிமாவா, யார் சொன்னது?'

'சரியாப் பாருங்க டாக்டர், வில் யு லீவ் அஸ் அலோன். செஸ்ட்டை எக்ஸாமின் பண்ணனும். உங்க ஸ்டெத் எங்க, தொலைச்சுட்டீங்களா?'

'ரெஸ்ட் ரூம்ல வெச்சிருந்தேன். பாத்ரூம் போயிருந்தேன். காணம்.'

'ஏதாவது அடையாளம்?'

'இதே போலத்தான் பச்சை கலர்?'

'எக்ஸ்க்யுஸ் மி' என்று அவர் செல்ல, வஸந்த் மறுபடி 'சொல் லுங்க ரஞ்சனி. யார் உங்களைத் துன்பப்படுத்தறது? மகேந்திரன் தானே?'

'இல்லை'

'பின்ன?'

'தாத்தா.'

வஸந்த், 'யாரு தாத்தா?' என்பதற்குள் ஓமனா உள்ளே வந்தாள்.

# 13

'இதோ இந்தாளுதான். அவுட் பேஷண்ட்டா உள்ள வந்து...' என்று நர்ஸ் ஓமனா உதடு துடிக்கச் சொல்ல, 'யார்றா நீ?'

'போலீஸ்' என்றான் வஸந்த்.

'ஸாரி, யார் சார் நீங்க?'

'ஒரு கேஸை விசாரிக்க...'

'இவர் போலீஸ் இல்லை, லாயர்' என்றாள் ரஞ்சனி ஷர்மா.

'போச்சு. காலை வாரி விடறீங்களே?'

'போலீஸுக்கே போன் பண்ணிட்டாப் போச்சு' என்று ட்யூட்டி டாக்டர் போனை எடுத்தார்.

'அதுக்கெல்லாம் தேவையிருக்காது. நானே அங்க தான் பொடி நடையா போயிண்டிருக்கேன்.'

'அலோ போலீஸ் ஸ்டேஷனா?'

'அதுக்கெல்லாம் தேவையில்லைன்னா சின்னக் குழந்தை மாதிரி பிடிவாதம் பிடிக்கிறீங்களே.'

வஸந்த் சந்தர்ப்பம் பார்த்து நழுவ விரும்ப 'எங்க போறது?' என்றாள் ஓமனா.

'வா, என்னை பிடிச்சுப் பாரு. போகாம தடுத்துப் பாரு ஓமனா... கிட்ட வந்தால் சவுட்டும்.'

'அய்யோ டாக்டர்! யாரு?'

'டேய், இங்க வா?'

'டேய் கீய்னு எல்லாம் கூப்டாதீங்க. நான் என்ன தப்பு செய்தேன்? விசிட்டர்ஸ் பாஸ் இல்லாம நுழைஞ்சேன். அவ்வளவுதானே?'

டாக்டர் அவன் கையைப் பிடிக்க வந்ததை முரட்டுத்தனமாகத் தள்ளினான்.

'டோண்ட் டச் மி! கொலை கேஸை விசாரிச்சுட்டு இருக்கோம்! ரஞ்சனி, அப்புறம் உங்களை வந்து சந்திக்கிறேன். ஏதாவதுன்னா இந்த போன் நம்பருக்கு கால் போடுங்க.'

வஸந்த் நழுவ ஆர்டர்லி அவனைப் பிடிக்க வந்தான். வஸந்த் நின்று அவனைக் காட்டமாக முறைக்க அவன் தயங்கினான்.

'மரியாதை கெட்டுப் போய்டும்' என்று நிதானமாகவே நடந்து சென்றான்.

'சும்மா தடாலடி பண்ணிட்டு வந்துட்டேன் பாஸ்!' என்றான் கணேஷிடம்.

'ஆமா, நீங்க போன காரியம் என்ன ஆச்சு?'

'ரொம்ப இன்ட்ரிகிங்.'

'என்ன?'

'சதாசிவத்தைப் பார்க்கப் போனேனா? எல்லாம் வராந்தால நாற்காலிகளைப் போட்டுண்டு சதாசிவம், ப்ரதிமா, ஐ.ஏ.எஸ்., கோவிந்து எல்லாரும் 'சியர்ஸ் சியர்ஸ்'னு செலிப்ரேட் பண்ணிண்டிருக்கா நிலா வெளிச்சத்தில, லைம் ஸோடா ஸ்காட்சு.'

'கன் எடுத்துட்டுப் போனது வெத்துதானா?'

'எல்லாம் நிஜமாவே சமாதானமாய்ட்டாங்க.'

'பாஸ், விட்டுர வேண்டியதுதான்.'

'ரஞ்சனியைப் பார்த்தியா?'

'பார்த்தேன் பாஸ். முழு விவரமும் கிடைக்கல. அதுக்குள்ள வேஷம் கலைஞ்சிடுத்து.'

'என்ன விவரம் கெடச்சுது?'

'தாத்தாதான் காரணம்னா.'

'தாத்தாவா? யாரு?'

'யாரைச் சொல்றான்னு கேக்றதுக்குள்ள ஓமனா குலுங்கக் குலுங்க வந்தாச்சு.'

'ஓமனாவா? யாரது?'

'நர்ஸ்'

'ஏண்டா, நான் உன்னை நர்ஸ் பேர் கேக்கவா அனுப்ச்சேன்.'

'அந்தத் தகவல்தான் உருப்படியாத் தெரிஞ்சது.'

'தாத்தாவா? கோவிந்தராஜனைச் சொல்றாளோ?'

'இருக்கலாம். என்னவோ அவர் முழியே சரியில்லை.'

'மொத்தத்துல எல்லாரும் ஒரு கட்சியாச் சேர்ந்துண்டப்புறம் நாம எதுக்கு மன்றாடணும்?'

'அதானே, வாங்க கிளப்புக்கு. ஒரு கை ரம்மி ஆடிட்டு தோத்துட்டு வரலாம்.'

வஸந்தும் கணேஷும் காரில் கிளப்புக்குப் போகையில் பின்னவன் சிந்தனை வசமாகியிருந்தான்.

'பாஸ், டெண்டிஸ்ட் ஜோக் சொல்லட்டுமா?'

'வேண்டாம்.'

'ரொம்பக் கடுப்பா இருக்கீங்க போல.'

'வஸந்த். நான் சதாசிவம்கூட செஸ் ஆடினேனே, ஞாபகம் இருக்கா?'

‘என்னைக்கு? நான் இல்லைன்னு நெனைக்கிறேன். ப்ரதிமா கூடப் போய்ட்டேன்.’

‘அந்த ஆட்டத்தில ஒண்ணு கவனிச்சேன்.’

‘என்ன?’

கணேஷ் மவுனமாகி விட்டான்.

‘என்ன பாஸ், நான் உண்டா இல்லையா?’

கணேஷ் தொடர்ந்து ‘அந்தப் புத்தகத்தில கையெழுத்து போட்டிருந்த தேதி.’

‘எந்தப் புத்தகத்தில. எந்தக் கையெழுத்து?’

‘சதாசிவம், சதாசிவம், நோ.’

‘என்ன சொல்றீங்க? ஒரு எழவும் புரியலை.’

‘காரைத் திருப்பு.’

‘எதுக்கு?’

‘சதாசிவத்தைப் பாக்கணும்.’

‘எதுக்கு?’

‘ப்ரதிமாவைப் பாக்கணும்.’

வஸந்த் காரைத் திருப்பி சதாசிவத்தின் வீட்டுக்குச் சென்றபோது, அவர்கள் இன்னமும் வாசல் வராந்தாவில் வெளிச்சத்தில் உட்கார்ந்து உற்சாகமாகப் பேசிக்கொண்டிருந்தார்கள். வஸந்த் காரை முதலிலேயே அணைத்து, கதவை மெல்லச் சார்த்திவிட்டு அருகே வந்தார்கள்.

‘ஹலோ, மே வி ஜாய்ன் யு?’

திடுக்கிட்டு திரும்பிப் பார்த்தார்கள். உடனே மவுனம் நிலவ, ப்ரதிமாதான் ‘ஷ்யூர், ஒய் நாட்?’ என்றாள்.

வஸந்த் காலி நாற்காலியை இழுத்துப் போட்டுக்கொண்டு, ‘என்ன சார், எல்லாரும் சேர்ந்துண்டு பாஸைக் கடுப்பாக்கிட்டீங்க?’

கணேஷ் ஓரமாக நின்றுகொண்டிருக்க, மகேந்திரன் அருகில் ப்ரதிமா உட்கார்ந்துகொண்டு அவளிடம் அவர் கைரேகை காட்டிக்கொண்டிருந்தார்.

மகேந்திரன், 'உட்காருங்க கணேஷ்.'

'இருக்கட்டும்.'

'உங்க ப்ரொஃபஷனல் செலவுகள் எல்லாம் எத்தனை ஆச்சுன்னு சொன்னா கணக்குப் போட்டுக் கொடுத்துருவோம்.'

கணேஷ் சிரித்தான்.

ப்ரதிமா, 'ஸாரி! அப்பா உங்களுக்கு ட்ரபிள் கொடுத்துட்டார் இல்லை?'

'பரவாயில்லை' என்றான் வஸந்த்.

மகேந்திரன், 'என்னைப் பத்தி உங்ககிட்ட ஒரு கெட்ட அபிப் ராயத்தை ஏற்படுத்தி...'

'எல்லாம் என் தப்பு. மாப்பிள்ளை தங்கம்னா தங்கம். மகேந்திரன் என்னை மன்னிச்சேன்னு இன்னும் சொல்லலையே?'

'அப்பா அவர்தான் பரவாயில்லைன்னு பலமுறை சொல்லி விட்டார்ப்பா.'

'நான் ஒரு மடையன், மடையன்' என்று தலையில் அடித்துக் கொண்டார்.

கணேஷ், 'இன்னைக்கு நியூஸ்பேப்பர் இருக்குதுங்களா?' என்றான்.

'என்ன?'

மகேந்திரனைப் பத்தி, உங்களைப் பத்தி எல்லாம் செய்தி வந்திருக்கே!'

'என்ன பேப்பர்ல?'

'எக்ஸ்பிரஸ்தானே?'

'அதில என்ன வந்தது?'

'மகேந்திரனை பத்தி பிடிஐ ரிப்போர்ட் வந்திருக்கு. நீங்க படிக்கலையா சதாசிவம் சார்?'

ப்ரதிமா இதற்குள் அதை எடுத்துக்கொண்டு வர, அதை சதாசிவம், 'முதல் பக்கத்திலேயே கொட்டையா தலைப்புச் செய்தி வந்திருக்கே! சதாசிவம், உங்க பேரும் வந்திருக்கு!

சதாசிவம் 'எங்கே பாக்கலாம்' என்றார். அதைப் பிடுங்கிக் கொண்டார்.

சதாசிவம் அந்தச் செய்தித்தாளை எடுத்துப் பார்க்க கணேஷ் 'மிஸ்டர் சதாசிவம், கண் தெரியாதவர் எப்படி இவ்வளவு ஆர்வமா பேப்பர் படிக்கறீங்க?'

சதாசிவம் திடுக்கிட்டு, 'ப்ரதிமா, படிச்சுச் சொல்லு' என்றார்.

ப்ரதிமாவும், 'அப்பா, எப்படி நீங்க?' என்று ஆச்சரியப்பட்டாள்.

'இப்பல்லாம் சுமாராத் தெரிய ஆரம்பிச்சுடுத்தும்மா! உங்கிட்டச் சொல்லலையா?'

கணேஷ், 'சார், உங்களுக்கு எப்பவுமே கண் நல்லாவே தெரியும்னு எனக்கு ஒரு சம்சயம்.'

'சேச்சே, என்னப்பா நீ?'

'எதுக்குப் பொய் சொல்றீங்க?' என்று வஸந்த் சட்டென்று நாற்காலியை எடுத்து அவர் மேல் ஓங்க சதாசிவம் சட்டென்று தழைந்துகொண்டார்.

'கண் தெரியாதவர் எப்படி இப்படி பதுங்கறீங்க. கெரில்லா மாதிரி! அதுவும் ராத்திரியில!'

'அதானே' என்றான் கணேஷ்.

'சொன்னேனே, இப்பல்லாம் நல்லாவே தெரியறது.'

ப்ரதிமா, 'அப்பா, எதையாவது எங்கிட்டருந்து எல்லாரும் மறைக்கிறீங்களா?'

'இல்லைம்மா, அபத்தம்.'

'அப்படி இருந்தாச் சொல்லிடுங்கப்பா. என்ன அத்திம்பேர்?'

'எனக்கு எதுவும் தெரியாதம்மா. கேஸ்னாங்க, கேஸ் இல்லை னாங்க. அவ்வளவுதான்.'

ப்ரதிமா, 'வஸந்த், நீங்களாவது இங்க என்ன நடக்குதுன்னு சொல்விங்களா?' என்றாள். அவள் கண்களில் சந்தேகம் தெரிந்தது.

வஸந்த், 'எங்களுக்கு தெரிஞ்சா உங்களுக்குச் சொல்லலாம். தெரியலையே! உங்க கேஸே ஏதோ அப்ஸர்ட் ட்ராமா மாதிரி இருக்கே! பாஸுக்குத் தெரியறாப்பல இருக்கு. ஆனா சரியாச் சொல்லமாட்டார். ரொம்ப அழுகுணி!'

சதாசிவம், 'கேஸ் எல்லாம் முடிஞ்சு போச்சும்மா ப்ரதிமா. இப்பப் போட்டு உழப்பாதே!'

கணேஷ் சதாசிவத்தையே பார்த்துக் கொண்டிருந்தான்.

'கொஞ்சம் கொஞ்சமாப் புரியுது சார்' என்றான்.

சதாசிவம், மகேந்திரன் இருவரும் ஒருவரை ஒருவர் பார்த்துக் கொண்டு, 'என்ன சொல்றீங்க கணேஷ்?'

'முதல்ல இருந்தே கதை வேறதானே?'

'நாராயணி மறைந்ததைப் பற்றி கேஸ் போடறதைவிட போடறதாப் பயமுறுத்துறதுதான் முக்கியம்னு படுது. அதுக்காகத்தான் எங்க ரெண்டு பேரையும் அணுகி...'

'நீங்க சொல்றது அர்த்தமாகலை.'

மகேந்திரன் எழுந்து, 'காலைல ஆபீஸ் போகணும். அப்புறம் இதைப் பத்திச் சாவகாசமாப் பேசலாம்.'

கணேஷ் மகேந்திரனைப் பார்த்துக்கொண்டே, 'என்ன ஆபீஸ் சார் உங்களுது?'

'எ நேம்லஸ் ஆபீஸ் கணேஷ். ஹோம் மினிஸ்ட்ரியைச் சேர்ந்தது.'

'அதானே பார்த்தேன்' என்றான் கணேஷ்.

# 14

கணேஷை மகேந்திரனும் சதாசிவமும் மாறி மாறிப் பார்த்தார்கள். 'சொல்லுங்க சார்.'

'என்னத்தைச் சொல்லறது?'

'ஆதியோட அந்தமா எல்லாத்தையும் சொல்லிட்டா விட்டுருவோம். இல்லை, பாஸ் புடிச்சார்னா உடும்புப்பிடி. கண்டுபிடிக்காம விடமாட்டார்.'

'இதில் கண்டுபிடிக்க என்ன இருக்கு கணேஷ்?' என்றார் மகேந்திரன். 'ரொம்ப சிம்பிளான கேஸ். நாராயணி விபத்தில் செத்துப்போனது என்னவோ சதாசிவத்துக்குச் சம்மதமில்லை. என் பேர்ல சந்தே கம் வந்து உங்களைக் கூப்பிட்டு கேஸ் போடச் சொன் னார். இப்ப உண்மையைத் தெரிஞ்சுக்கிட்ட அப்புறம் கேஸை வாபஸ் வாங்கிட்டார். அவ்வளவுதான்.'

'எல்லாம் சரிதான். அதுக்காக சார் எதுக்காக கண் தெரியாத மாதிரி பாவனை பண்ணனும்.'

'எனக்கு நிசமாவே கண் சரியாத் தெரியலை கணேஷ். வைத்தியம் பார்த்துகிட்டு இருக்கேன். சொன்னா நம்புங்க.'

'ப்ரதிமா, நீங்க என்ன சொல்றீங்க. உங்கப்பா பேப்பர் படிக்கிறதைப் பார்த்து அதிர்ச்சி அடைஞ்சுட் டீங்களே.'

ப்ரதிமா தன் தந்தையைப் பார்த்து, 'எனக்குக் குழப்பமாகவே இருக்குது கணேஷ். அப்பா எதுக்காகக் கண் தெரியாத மாதிரி நடிக்கணும்? அதுக்குக் காரணம் இல்லாதவரையில் அவர் சொல்றதை நம்பத்தான் வேணும், இல்லையா?'

சதாசிவம், ப்ரதிமாவைப் பார்த்து, 'ப்ரதிமா, எனக்குக் கண் குறையாத் தெரிஞ்சாலும் உன்னுடைய ஸிம்பதிக்காக கண் தெரியாத மாதிரி மிகைப்படுத்தினேன்.'

'அதை நான் நம்பத் தயாரில்லைப்பா.'

'மேலும் கேளுங்க மிஸ்டர் மகேந்திரன். நீங்க ரஞ்சனி ஷர்மாங்கற பெண்ணைக் கல்யாணம் பண்ணிக்கப்போறது வாஸ்தவம் தானே?'

'ஆமாம்.'

'அந்தப் பெண் என்கிட்ட ஏதோ சொல்ல முயற்சி பண்ணப்போய் அவளைச் சொல்லவிடாம தொடர்ந்து யாரோ தாக்கிக்கிட்டு இருக்காங்க. இப்பக்கூட ஜேஜே ஆஸ்பத்திரில் இருக்காங்க.'

'அவளையே கேட்கலாமே.'

'கேட்டேன். தாத்தான்னா.'

'ரெண்டு தாத்தா இருக்காங்க. கோவிந்தராஜன், சதாசிவம். உங்க ரெண்டு பேர்ல யார் சார் சூத்திரதாரி?'

சதாசிவமும் கோவிந்தராஜனும் ஒருவரை ஒருவர் பார்த்துக் கொண்டு, 'நீங்க என்ன சொல்றீங்கன்னே புரியலை' என்றார். 'மகேந்திரா, உனக்கு ஏதாவது புரியறதா?'

கணேஷ், மகேந்திரனையே பார்த்துக்கொண்டிருக்க, அவர், 'கணேஷ், வாட்ஸ் இன் யுவர் மைண்ட்? கொஞ்சம் புரியும்படிச் சொன்னீங்கன்னா - அது ஒரு விதத்தில் அதீதமான கற்பனையா இருந்தாலும் கேக்கத் தயாரா இருக்கோம்.'

'அதான், பரவால்லை சொல்லுங்க' என்றார் சதாசிவம்.

கணேஷ், ஒருமுறை வஸந்த்தைப் பார்த்து, 'என்ன வஸந்த், சொல்லிடலாமா?'

'விடலாம் பாஸ்.'

'சொல்லிடு.'

'அய்யோ, எனக்கு உங்க மனசில இருக்கிறதில பாதி அம்பேல்.'

கணேஷ், 'சதாசிவம், எல்லாமே உங்க திட்டம்னு வெச்சுக்கலாமா?'

'என்ன திட்டம்?'

'மகேந்திரனைப் பயமுறுத்தி காரியம் பண்ண வெக்கணும்னு நீங்க விரும்பினீங்கன்னு வெச்சுக்கலாம்.'

'என்ன காரியம்?'

'அதைப் பத்தி இப்பவே பேசவேண்டாம். ஏதோ ஒரு காரியம். அதைச் செய்யறதுக்கு மகேந்திரனை அடிபணிய வெக்கணும்னா அவர் மேல ஏதாவது புகார், லிட்டிகேஷன் கொண்டுவரதாச் சொல்லிட்டு காம்ப்ரமைஸ் வரதுக்கு கண்டிஷனா...'

மகேந்தினும் சதாசிவமும் ஒருவரை ஒருவர் பார்த்துக்கொள்ள, 'சொல்லுங்க. சுவாரஸ்யமா இருக்கு கற்பனை.'

'கற்பனை இல்லை. நாராயணி இறந்தது சந்தேகமான சூழ்நிலை. அதனால எங்களைப் போல க்ளெவர் லாயர்ஸ் ரெண்டு பேரை வெச்சு நிறைய பப்ளிஸிட்டி கொடுத்து கேஸ் போட வெச்சா, மகேந்திரன், நீங்க சொல்றதுக்குச் சம்மதிக்கலாமில்லையா?'

'என்ன சொல்றதுக்கு சம்மதிக்கணும்?'

'ஏதாவது அவர் உத்தியோகம் சம்பந்தப்பட்ட சமாசாரம்னு வெச்சுக்கங்க.'

மகேந்திரன், 'ரொம்ப சுவாரஸ்யமான விஷயம். ஆனா எங்கிட்ட ஏதும் அப்படிப்பட்ட சென்சிடிவ் சமாசாரம் எதும் இல்லை.'

'விலை போகக்கூடிய ரகசியம்.'

'அப்படி என்ன ஒரு ரெவின்யு ஆபீஸர்கிட்ட இருக்க முடியும்?'

'மிஸ்டர் மகேந்திரன், நீங்க இப்ப இருக்கிற டிப்பார்ட்மெண்ட் பேர் என்ன?'

'எதுக்கு?'

'பெயர் இல்லாத, முகமறியாத இலாகான்னு சொன்னிங்க இல்லை.'

'இண்டலிஜென்ஸ் சம்பந்தப்பட்டது.'

'என்ன இண்டலிஜென்ஸ்?'

'மன்னிக்கணும். அதை நான் யார்ட்டயும் சொல்லக் கூடாது.'

'பரவாயில்லை' என்றான் கணேஷ். 'இப்ப நீங்க சொல்லாட்டாலும் வஸந்த் கண்டு பிடிச்சுருவான், ஒரு நாளைக்குள்ள.'

'என்னப்பா என்ன என்னவோ பேத்தறே!' என்றார் சதாசிவம்.

'பேத்தல் இல்லை சார். எல்லாமே பொருந்துது. இத்தனை நாள் வரைக்கும் மாப்பிள்ளையைக் கண்டா அத்தனை வெறுப்பா இருந்தவரு, எப்படி திடீர்னு மனசு மாறி முந்திரிப் பருப்பு சாப்பிடுறிங்க, அவர்கூட?' என்றான் வஸந்த்.

'சமாதானமாப் போய்ட்டோம். குற்றச்சாட்டு தப்புன்னு உணர்ந்தாச்சுன்னு சொன்னேனே.'

'எப்படி திடீர்னு மாறிப் போச்சு?'

'ஏதாவது சம்பவம் இருக்கவேணுமா இல்லையா?'

'அப்படி ஏதும் இல்லை.'

'நான் சொல்லட்டுமா? மகேந்திரன் நீங்க சொன்னதுக்குச் சம்மதிச்சுட்டார்.'

'என்ன சொன்னேன்?'

'எதாவது கேட்டதைக் கொடுக்க நீங்க கேட்டதைக் கொடுக்க.'

ப்ரதிமா குறுக்கிட்டு, 'வஸந்த் நீங்களாவது கொஞ்சம் புரியும்படியாச் சொல்லக்கூடாது?'

வஸந்த் இப்போது கணேஷின் சிந்தனைத் தொடரைப் பிடித்து விட்டான். 'பாஸ் இருங்க, நான் டிவில நிரோத் விளம்பரம் மாதிரி விளக்கமாச் சொல்லிடறேன். ப்ரதிமா, உங்கப்பாவுக்கு

நிஜமாகவே கேஸ் போட இஷ்டமில்லை. அவருக்கு மகேந்திரன் கிட்டேருந்து அலுவலக ரகசியங்கள் தேவைப்படறது. யாரோ அதுக்கு நல்ல விலை கொடுக்கறதாப் பேரம் பேசியிருக்காங்க. அதுக்கு மகேந்திரனை எப்படி சம்மதிக்க வெக்கறது?

'அதுக்கு உங்க அக்கா கேஸ் அகப்பட்டது. அதை வெச்சு பய முறுத்தி, அவர் ரெப்புட்டேஷன், காரியர், ரெண்டாவது கல்யாணம் எல்லாமே கலைஞ்சு போகக்கூடிய சூழ்நிலையை ஏற் படுத்தி கேஸ் போடுவேன்னு பயப்படுத்தி - எங்க மாதிரி ரெண்டு குடுமி அகப்பட்டோம். எங்களை வெச்சு கேஸ் ரொம்ப தீவிர மாகித் தோத்துப்போய்டுங்கற சூழ்நிலையில், அவர் பப்ளி ஸிட்டியை விரும்பாம அந்த பயத்தில் மகேந்திரன் சம்மதிச்சிருக் கார்னு வெச்சுக்க.'

'எக்ஸலண்ட்' என்று மகேந்திரன் கைதட்டி, 'இதில எதையும் நீங்க நிரூபிக்க முடியாது. எல்லாமே கட்டுக்கதை. போய்ட்டு வாங்க' என்றார்.

'வரோம். ஆனா இதை விடமாட்டோம். டில்லில தெரு வைத்தியன் காது குடையறான் பாருங்க, அந்த மாதிரி குடையப் போறோம்.'

'ஆல் தி பெஸ்ட்' என்றார் மகேந்திரன்.

ப்ரதிமா, 'என்னப்பா இரண்டு பேரும் உளர்றாங்க. கேட்டுக் கிட்டே இருக்கிங்க? நீங்க பண்ண சதியா எல்லாம்? என்ன ரகசியம் அத்திம்பேர்?

'அதெல்லாம் ஒண்ணுமில்லைம்மா.'

'இன்னும் ஒரு ரெண்டு மணி நேரத்தில் அத்தனையும் வெளியே வந்துரும் பாருங்க. ஸ்ட்ரைக் முடிஞ்சதும் கார்ப்பரேசன் குப்பை வண்டி மாதிரி.'

'போடா' என்றார் சதாசிவம்.

கணேஷ் மகேந்திரனைப் பார்த்து, 'ஸாரி மகேந்திரன், நீங்க சொன்னாப்பல எல்லாமே என்னுடைய கெஸ் ஒர்க்தான். யூகம்தான். இந்த மாதிரித்தான் நடந்ததுன்னு சொல்லலை. இந்த மாதிரி நடந்திருக்கலாம்னு சொல்றோம். அவ்வளவுதான்.'

'அவ்வளவுதான்' என்று எழுந்து அவன் கையை இறுக்கி பலமாகக் குலுக்கினார்.

திரும்பப் போகும்போது வஸந்த், 'என்ன பாஸ்? கடைசில புத்தியைக் காட்டிட்டிங்களே. சேம் சைட் கோல் போட்டுட்டிங் களே?'

'வஸந்த், முதல்ல மகேந்திரன் என்ன வேலை பார்க்கறார்? அவர் உத்தியோகம் என்ன? எந்த டிபார்ட்மெண்ட்? எல்லாம் தெரிய ணும். அதுக்கு முன்னாடி ரஞ்சனி ஷர்மா என்ன சொல்ல வந்தா. அதைத் தெரிஞ்சுக்கணும்.'

'எல்லாம் சரிதான் பாஸ். நீங்க சொன்னாப்பலயா நடந்தது?'

'சும்மா ஒரு தடலாடி பண்ணிப் பார்த்தேன்.'

'நேரடியா ஒரு விளக்கம் இருக்கலாம் இல்லையா?'

'அந்தாளு எதுக்காகக் கண் தெரியாத மாதிரி ஆக்ட் பண்ணணும். அதான் பொருந்தலை வஸந்த்.'

'ஏதோ காரணம் சொன்னாரே?'

'சரியாயில்லை.'

'அப்புறம் அந்த கேஸ்ல இருந்த வயலன்ஸ் - நம்மை அடிக்கப் பார்த்தது, ரஞ்சனி ஷர்மாவைத் தாக்கினது.'

'பாஸ், சதாசிவத்தையும்தான் அடிக்கப் பார்த்திருக்காங்க. ஏதோ ஒரு சமயத்துல அவர்கூட அடி வாங்கலை?'

'ஆமா அது எப்படி இதில பொருந்துது?'

வஸந்த் சற்று யோசனைக்குப்பின், 'விட்டுரலாம். பாஸ், மொட்டைத்தலையும் முழங்காலுமா இருக்குது.'

ரஞ்சனி ஷர்மாவைப் பார்க்க ஜேஜே ஆஸ்பத்திரிக்குப் போன போது கேட் மூடிவிட்டார்கள். இருட்டில் மேலே பார்த்தார்கள். கணேஷ், 'பின்னால சர்வீஸ் ஸ்டேர்கேஸ் தெரியறது பாரு.'

'ஏறிட்டாப் போச்சு. உங்ககூட தொழில் பண்றதில இன்னும் கன்னம் வெக்கலை.'

'எத்தனை கன்னம் வெச்சிருக்க?'

'அந்தக் கன்னத்தைச் சொல்லலை பாஸ்.'

ஸ்பெஷல் வார்டில்போய் அவர்கள் சேர்ந்தபோது வார்டின் பொது மேஜையில் நர்ஸ் எழுதிக்கொண்டிருக்க வஸந்த், 'ஓமனா' என்றான்.

அவள் திடுக்கிட்டுத் திரும்பிப் பார்த்தாள்.

'ஓமனா, நான்தான் வஸந்த்.'

குரல் எங்கிருந்து வருகிறது என்று விசாரிப்பதற்குள் வஸந்த் இடம் மாறினான். கணேஷ் பதுங்கியிருந்தான்.

'வாங்க பாஸ்.'

இருவரும் வார்டில் நுழைந்தபோது, ரஞ்சனி ஷர்மா ரத்த வெள்ளத்தில் கிடந்தாள்.

# 15

கணேஷ் வஸந்துடன் வார்டில் நுழைய நர்ஸ் ஓமனா கூக்குரலிட்டாள்.

ரஞ்சனி ஷர்மா அமைதியாகப் படுத்திருந்தாலும் அவளைச் சுற்றிலும் ரத்தம் செதிள் செதிளாகப் படிந்திருந்தது.

'ஆள் காலி பாஸ். க்ளோஸ்.'

'கொஞ்சம் லேட்டா வந்துட்டோம்.'

'ஓமனா, உயிர் இருக்கா பாருங்க.'

இதற்குள் மற்ற நர்ஸ்கள், ட்யூட்டி டாக்டர் எல்லாரும் வந்துவிட-

'எப்படி ஆச்சு?'

'இ யாளு ரெண்டு பேரும் பர்மிஷன் இல்லாத்த உள்ள நுழைஞ்சுது. போலீஸுக்கு சொல்லணும். வார்டு பாய்! இவங்களைப் பிடிச்சு வையுங்கப்பா.'

'அதுக்கெல்லாம் தேவையில்லை. நாங்களே போலீஸுக்குச் சொல்லிடறோம்.'

'முதல்ல மகேந்திரனுக்கு போன் பண்ணனும். வா வஸந்த்.'

‘எப்படி வார்டுல எல்லாரும் இருக்கறப்ப...’

‘சன்னல் வழியா யாரோ குதிச்சிருக்காங்க. சன்னல் கண்ணாடி உடைஞ்சிருக்கு பாருங்க.’

‘அய்யோ, இப்பத்தான் அந்தம்மா பேசிக்கிட்டு இருந்தாங்க.’

‘விதி.’

கணேஷ் கைக்குட்டையை எடுத்து முகத்து வியர்வையைத் துடைத்துக்கொண்டான். ‘ரொம்பச் சிக்கலான கேஸ் இது. போலீஸ் வர்றவரைக்கும் இந்த இடத்தை விட்டு அசையாதீங்க.’

‘சரிங்க. சிலை மாதிரி உக்காரவா? டாக்டர், பயப்படாதீங்க. நாங்க ரெண்டு பேரும் லாயர்ஸ். பொறுப்புள்ள குடிமக்கள்.

‘பாஸ், பாஸ், யாருங்கறீங்க?’

‘இன்னும் புரியலை வஸந்த்.’

‘இந்தம்மா ரஞ்சனி நம்மகிட்ட ஏதோ போன் பண்ணிச் சொல்ல வந்தபோது ஆரம்பிச்சது வினை. ஞாபகமிருக்கா?’

இருவரும் வார்டின் காரிடாருக்கு வந்து போலீஸ் வரக் காத் திருந்தார்கள்.

‘வஸந்த், முதல்லருந்து ஒரு ஓட்டு ஓட்டிரலாமா? கதையைச் சொல்லு.’

‘ப்ரதிமாவும், சதாசிவமும் நம்மகிட்ட வந்தாங்க. கேஸைச் சொன்னாங்க.’

‘அப்ப ஞாபகமிருக்கா? நீ ஒருமுறை அவரிடம் பேர் கேட்ட போது சதாசிவம் சார், ‘நடேசன்’னார்.’

‘அப்படியா? எனக்கு ஞாபகமில்லை.’

‘நீதான் ப்ரதிமாவைப் பார்த்துக்கிட்டு இருந்தியே. அப்பவே சதா சிவத்துக்குத் தன்னுடைய உண்மையான பெயரைச் சொல்றதில் தயக்கம் இருந்திருக்கு. கவனிச்சியா?’

‘கில்லாடி பாஸ் நீங்க.’

'அப்புறம் மகேந்திரனைப் போய்ப் பார்த்தோம். அந்தச் சூழ்நிலையில் வரதட்சிணைக் கொடுமையையும், வேணும்னிட்டே எரிச்சதையும் பொருத்த முடியலை. 'எதுக்காக நாராயணியை நான் கொல்லணும்'னு உருக்கமாக் கேட்டார் மகேந்திரன். நம்பும்படியாத்தான் இருந்தது, இல்லையா?'

'கடிதங்கள் காண்பிச்சதைச் சொன்னபோது மகேந்திரன் கொஞ்சம் ஜகா வாங்கிட்டார்.'

'இதைவிட முக்கியம் அவர், 'இன்னைக்கு எஸ்.ஏ. வரார். மீட்டிங் இருக்கு'ன்னு சொன்னாரே, அதைக் கவனிச்சியா?'

'இல்லை பாஸ்.'

'எஸ்.ஏ.ன்னா என்ன?'

'தெரியாது பாஸ்.'

'நான் தெரிஞ்சுண்டேன். சைன்டிஃபிக் அட்வைஸர்.'

'மகேந்திரன் வேலைல இருக்கிறது ராணுவ ஆராய்ச்சி சம்பந்தமா ஒரு பெயர் தெரியாத இலாக்கா.'

வஸந்த் யோசித்து, 'அச்சா அச்சா' என்றான். 'இப்பக் கொஞ்சம் மஞ்சு விலகறது.'

'நாராயணியை அவங்க நேரடியாக் கொன்னிருக்காட்டாலும், ரொம்பக் கொடுமைப்படுத்தியிருக்காங்கன்னு தெரியறது. இன்த ப்ரசெண்ட் மூட் ஆஃப் தி கண்ட்ரி, நாட்டில் இப்ப உள்ள உணர்ச்சிகரமான சூழ்நிலையில் நம்ம கேஸ் போட்டிருந்தா நிச்சயம் ஜெயித்திருக்கும். மகேந்திரனுக்கும், அவர் அப்பா, அம்மாவுக்கும் தண்டனை கிடைச்சுருக்கும். இதை மகேந்திரன் நல்லாவே தெரிஞ்சிண்டிருந்தார்.'

அதுக்காகத்தான் டாட்டர் இன் லா எழுதினதா கடுதாசியெல்லாம் காட்டி நம்மைக் குழப்பப் பார்த்தாங்க. ரொம்ப டெஸ்பரேட்டாப் போயிட்டாங்க. நாராயணியை ஒரு வைல்டு காரக்டராக் காட்ட பரிதாபகரமான முயற்சி. கடிதத்தில் இருந்த கையெழுத்தும் சதாசிவம் காட்டின கடிதத்தில் இருந்த எழுத்துகளும் வேறுபட்டதைக் கவனிச்சேன். கையெழுத்து பொய்யெழுத்துனு எக்ஸ்பர்ட்டுகூட சொல்லிட்டாரு.'

'மகேந்திரன், சதாசிவத்தை ஆள் வெச்சு அடிச்சாரா?'

'இருக்கலாம். அல்லது சதாசிவம் அடிபட்ட மாதிரி பாசாங்கும் பண்ணியிருக்கலாம். கேஸை எடுத்துக்கலாமா, இல்லை வேண்டாமான்னு தீர்மானமில்லாம இருந்ததாலே தன் பக்கம் அனுதாபத்தைச் சம்பாதிக்கிறதுக்காக அவர் ஆடிய ஒரு டிராமாவாக் கூட இருக்கலாம், மகேந்திரனின் ஆட்கள் அவரை அடிச்சதாச் சொன்னது. நீயும் ப்ரதிமாகிட்ட, காதல், கீதல்னு குழைய ஆரம்பிச்சே.'

'அதுவந்து சும்ம ஒரு பாவலா பாஸ். கட்சிக்காரங்ககூட காதல் பண்றது என் ரத்தத்தில் புகுந்த சமாச்சாரம்.'

'மகேந்திரனுக்கு மற்றொரு சிக்கல், ரஞ்சனி ஷர்மா. அவரை மறு கல்யாணம் பண்ணிக்கறதுக்கும் இந்த கேஸ் ஒரு தடையா இருந்திருக்கு. ரஞ்சனி தீர்மானமில்லாத பெண். முதல் மனைவியை மகேந்திரன் ஃபேமிலி ஒரு வேளை கொடுமைப் படுத்திக் கொன்றிருக்கக்கூடும்னு சந்தேகம் வந்ததும் கொஞ்சம் தயங்க ஆரம்பிச்சுட்டா. நம்மகிட்டகூட வந்து சொன்னா பாரு.'

'அவளை விசாரிக்கப் போய், அவ ராத்திரி அடிபட்டிருந்ததை பார்த்தமா...'

'கேஸ் டாப் கியருக்குத் தாவிருச்சு.'

'ஆமாடா. அதுக்கப்புறம் அவளை ஆஸ்பத்திரி மாற்றி அமர்க்கள மெல்லாம் ஆயி, நம்மை வெத்து ஜனங்க உதைக்க முயற்சி பண்ணி...'

'இப்படி ரெண்டு கட்சியும் ரொம்ப பலாத்காரத்தில இறங்கிற நிலையில திடீர்னு அய்யா மனசு மாறிட்டார்.'

'யாரு?'

'சதாசிவம். ஸ்விட்சு போட்டாப்பல.'

'ஆமாம். அதுக்கு என்ன அர்த்தம்னு யோசித்துப் பார்த்தபோது எனக்கு ஒரு ஐடியா தோணிச்சு வஸந்த்.'

'என்ன பாஸ்?'

'நாராயணி கேஸ் எல்லாம் மேம்போக்கான காரணம். உண்மையான காரியம் மகேந்திரன்மேல கேஸ் போடறதா ஆணித்தரமான சாட்சியங்களுடன் பயப்படுத்தி மகேந்திரனை எப்படியாவது சம்மதிக்க வைக்கறதுதான் குறிக்கோள். இதுக்கு சதாசிவத்தின் பின்னால ஒரு கோஷ்டி இயங்க, அவங்கதான் இந்த அடிதடி எல்லாம் ஏற்பாடு பண்ணியிருக்காங்க.'

'எதுக்கு?'

'மகேந்திரன் எங்க வேலை பார்க்கறான்னு தெரிஞ்சா இது க்ளியராகும்.'

'அதுக்கும் இதுக்கும் என்ன சம்பந்தம்?'

'அவர்கிட்ட அரசாங்கப் பாதுகாப்புகளைப் பற்றிய ரகசியம் ஏதாவது அதிக விலை போறதா இருக்கக்கூடும்.'

வஸந்த் யோசித்து சட்டென்று பிரகாசமாகி, 'பாஸ், கில்லாடி பாஸ் நீங்க, இப்ப பளிங்கு மாதிரி புரியுது.'

'எனக்கு இன்னும் புரியலை.'

'எல்லாமே க்ளியர். நாட்டின் மிஸ்ஸைல் அல்லது ராணுவ ஆராய்ச்சி பற்றிய ரகசியங்களை மகேந்திரனிடமிருந்து வாங்கிக் கொடுத்தா நிறையப் பணம் தர்றேன்னு சதாசிவத்தை ஒரு பார்ட்டி அண்டியிருக்கலாங்கறீங்க.'

'சதாசிவம் தன் மாப்பிள்ளையைப் பயமுறுத்தி, கேஸ் போடுவேன், வேலை போய்டும்னு பயப்படுத்தி கேஸ் போடாம இருக்கறத்துக்கு கண்டிஷனா விலையா ரகசிய ஃபைல்களைக் கேட்டிருக்கலாம்.'

'எக்ஸலண்ட்.'

'மகேந்திரனுக்கு ரஞ்சனி ஷர்மாவைக் கல்யாணம் பண்ணிக்க வேண்டிய கட்டாயம்; வேலை இழக்காம இருக்கவேண்டிய கட்டாயம். இரண்டு காரணங்களுக்காகவும் அந்த ரகசியத்தை விற்கச் சம்மதிச்சிருக்கலாம். இல்லாட்டி வெத்து வரதட்சிணை கேசுக்கு இத்தனை அடிதடி இருக்கக்கூடாது. என்ன சொல்ற?'

'ரைட்.'

அப்போது மகேந்திரன் அவசரமாக மாடி ஏறி வந்து, 'எங்கே அவ? எங்கே அவ?' என்றார். 'மிஸ்டர் கணேஷ். என்னாச்சு?'

'ஸாரி மிஸ்டர் மகேந்திரன். ரஞ்சனி இஸ் டெட்.'

'ஓ காட்! கொன்னுட்டாங்களா? அய்யோ!'

உள்ளே சென்று ரஞ்சனியின் உடலருகில் உட்கார்ந்து விசித்து அழுதார் மகேந்திரன். 'அய்யோ உன்னைக் கல்யாணம் செய்துக் கத்தான் எல்லாத்துக்கும் சம்மதிச்சேனே!'

போலீஸ் இன்ஸ்பெக்டர், 'மிஸ்டர் மகேந்திரன், இந்தக் கொலையை யார் செய்திருக்க முடியும்னு சந்தேகம் இருக்குதா?'

'இருக்கு' என்றார்.

'யாரு?'

'சதாசிவத்தின் ஆட்கள்.'

'சதாசிவங்கறது?'

'என் மாமனார்.'

'அப்படியா?'

'எதுக்காகக் கொலை செய்தாங்க?' என்றான் கணேஷ்.

'கணேஷ்! உங்களுக்குத்தான் தெரிஞ்சு போச்சே. ரிமார்க்கபிள்! ரொம்ப க்ளோஸா உண்மைக்கு அருகே வந்தீங்க. ரஞ்சனிக்கு நிறையத் தெரிஞ்சு போச்சு.'

'என்ன?'

'எம்மேல சதாசிவம் கேஸ் போடாம இருக்கறதுக்கு பதிலா நான், அவருடைய கோஷ்டிக்கு மிஸ்ஸைல் சம்பந்தமான சில ரகசியங் களை விற்க ஒப்புக்கிட்டது.'

'வந்துட்டீங்களா?'

'விற்க சம்மதிச்சுட்டேன். இன்னைக்குத்தான் டாக்குமெண்ட் கை மாற இருந்தது.'

‘எவ்வளவுக்கு?’

‘சதாசிவத்துக்கு மூணு கோடி. அதில பத்தில ஒரு பாகம் எனக்கு.’

கணேஷும் வஸந்தும் ஒருவரை ஒருவர் பார்த்துக்கொள்ள, வஸந்த், ‘கை கொடுங்க பாஸ்’ என்றான்.

மகேந்திரன், ‘மிஸ்டர் கணேஷ், யூக சக்தியினால உண்மைக்கு ரொம்ப கிட்டக்க வந்தீங்க. அடுத்தது உங்களைத்தான் அவங்க குறி வெச்சாங்க. ரஞ்சனியை இந்த ஆஸ்பத்திரியில கொண்டு வந்து வச்சது நான்தான். அது அவங்களுக்குத் தெரியாது. நீங்க வந்திருந்தபோது சொல்லிட்டீங்க. சதாசிவம் உடனே அடியாளுங்களுக்கு போன் பண்ணியிருக்கார். கொலைகாரங்க முந்திக்கிட்டாங்க. ரஞ்சனி! மை லவ்! இனிமே எதுக்குப் பணம் எனக்கு? யாருக்காக நான் சம்பாதிக்கணும்?’

‘மகேந்திரன், சதாசிவம், உங்க எல்லாரையும் இயக்கின சூத்திர தாரி யாரு தெரியுமா? சொல்றீங்களா?’ என்றான் கணேஷ்.

மகேந்திரன், ‘சொல்லிர்றேன்! ரஞ்சனி இறந்து போனப்புறம் எனக்கு இனிமே என்ன? எல்லாரையும் பட்டியல் போட்டுச் சொல்றேன்! இன்ஸ்பெக்டர்! கொஞ்சம் வாங்க’ என்றார்.

அதற்குள் அந்த டாக்டர், ‘ப்ளீஸ், கொஞ்சம் விலகிட்டிங்கன்னா, அந்த டெத் ரிப்போர்ட்டை எழுதிர்றேன். மிஸ்டர் மகேந்திரன், வர்றீங்களா?’ என்றார்.

டாக்டருடன் மகேந்திரன் செல்ல, கணேஷை பலமாகக் கை குலுக்கி, வஸந்த், ‘பாஸ் ஒண்ணுவிடாம பக்கத்திலே இருந்த மாதிரி சொல்லிட்டீங்களே! எப்படி பாஸ்? ப்ரொட்டீன் அதிகமா, இல்லை மீன் அதிகமா சாப்பிடறீங்களா?’

கணேஷ் புன்னகைத்தவன் சட்டென்று சீரியஸாக, ‘வஸந்த்! டாக்டர்!’ என்றான்.

வஸந்த் உடனே புரிந்துகொண்டு, ‘ஓமனா! அந்த டாக்டரை முன்னால பாத்திருக்குது?’

‘இல்லியே. அவர் பாத்தா புதுசாட்டம் இருக்கு.’

'நாசமாப் போச்சு. இன்ஸ்பெக்டர்! வாங்க க்விக்! மகேந்திரனை டாக்டர் அழைத்துச் சென்ற அறைக்குள் அவர்கள் விருட்டென்று நுழைய...

மகேந்திரன் மண்டையில் 'டாக்டர்' துப்பாக்கி வைத்து அதன் குதிரைக்குள் விரல் செலுத்தி...

வஸந்த் இங்கிருந்து பதினாறடி வேங்கைபோலப் பாய்ந்து, டாக்டர் மேல் அப்படியே கரபூம் என்று விழுவதற்குள் துப்பாக்கி வெடித்துவிட, ஆனால் குறி தவறிமேல் சுவற்றில் சிராய்த்தது.

நர்ஸ்களும் வார்டு பாய்களும் கூக்குரலிட அந்த இடத்தின் பொதுக் குழப்பத்திலிருந்து வெளிப்பட்ட வஸந்தும் கணேஷும் வாசலில் காத்திருந்த நடேசனையும் ப்ரதிமாவையும் பார்த்தார்கள்.

'என்ன ஆச்சு?' என்றார் நடேசன்.

'குறி தவறிடுச்சு நடேசன்.'

'உள்ளே போங்க. மாப்பிள்ளை தப்பிச்சார்.'

'ப்ரதிமா, இரு பாத்துட்டு வர்றேன்.'

ப்ரதிமாவைப் பார்த்து, 'அவ்வளவு இன்னஸெண்டா நீங்க?' என்றான் வஸந்த்.

'என்ன வஸந்த்?'

'உங்கப்பா கண் தெரியாத மாதிரி பாசாங்கு பண்ணது தெரியலையா?'

'தெரியாது வஸந்த். நிசமாவே தெரியாது வஸந்த்.'

'அப்ப உங்க குடும்பமே ஸப்ஜாடா ஜெயிலுக்கு போகப் போறது. நீங்க தனியா இருந்தீங்கன்னா ஒரு நடை நம்ம வீட்டுக்கு வாங்க. மெக்ஸிகோ சலவைக்காரி ஜோக் சொல்றேன். அப்பாவை அனுப்சுட்டு எங்காத்துக்கு வரியா?'

'எங்க அனுப்சுட்டு?'

'ஜெயிலுக்கு.'

'பை' என்றான் கணேஷ்.

'இருங்க பாஸ். ப்ரதிமா பாவம் தனியா! ப்ரதிமா, நீ என்ன பண்றே! மாத்திக்க புடவை, டூத் பேஸ்ட் மட்டும் போதும், எடுத்துண்டு தம்புச் செட்டி ஸ்ட்ரீட்டுக்கு வந்துடு. ரெண்டு பேரும் சேந்துண்டு பூப்பறிக்கலாம்.'

'சரி வஸந்த்' என்றாள் ப்ரதிமா.

---